# Yaliyomo

# IMEOKOLEWA LAKINI IMEPOTEA: WAONGOFU WASIO NA FUNDISHO - Toleo la Kiswahili

**"Aliokolewa mara tano ... lakini hakuwahi kuwa mwanafunzi hata mara moja."**

**Hadithi inayofichua huzuni ya Mbinguni - na tumaini la Kanisa.**

**Na**

**Balozi Monday O. Ogbe ; Faraja Ladi Ogbe ; Zacharias Godseagle**

# Ukurasa wa Hakimiliki

**WAMEOKOLEWA LAKINI WAMEPOTEA: WAONGOFU WASIO NA FUNDI**



**Imechapishwa na:**

Zacharias Godseagle & God's Eagle Ministries

**Waandishi:**

Zacharias Godseagle

Comfort Ladi Balozi wa Ogbe

Jumatatu O. Ogbe



Imechapishwa nchini Marekani.

# Kuhusu kitabu - SAVED BUT LOST: THE UNDISCIPLES CONVERT

N*i nini hufanyika wakati wokovu unakuwa takwimu - na sio hadithi?*

Katikati ya Nairobi, mchungaji mwenye shauku anajenga kanisa kubwa kwenye miito ya madhabahu yenye nguvu. Kila Jumapili, maelfu huinua mikono yao - lakini wachache huinuka katika imani. Anita Wambui, mwanafunzi wa chuo kikuu anayetafuta, anajibu tena na tena - "aliokoa" mara tano lakini hakuwahi kuwa mwanafunzi hata mara moja.

Wakati kilio chake cha kuomba msaada kinapolipuka kwenye mtandao, kinasambaratisha udanganyifu wa bara na kutikisa moyo wa Mbinguni.

Kupitia maisha ya Anita, Mchungaji Esta, Ruthu, na mabaki wanyenyekevu, hadithi hii ya kinabii inafichua ukweli hatari: **maamuzi hayafanyi wanafunzi - mahusiano hufanya.**

Ikichochewa na matukio ya kweli kote Afrika na kwingineko, *Saved But Lost* ni fumbo la sinema linaloita makanisa, wachungaji na waumini kurejea moyoni mwa Yesu - ambapo uamsho huanza na mizizi, wala si kukurupuka.

⟐ *"Kwa sababu wewe ni vuguvugu ... nitakutema." — Ufunuo 3:16*

Je, tutapunguza mwendo wa kutosha kutembea pamoja Naye?

# KARATASI NYUMA MAELEZO YA JALADA

**Je, ikiwa kuokolewa... haitoshi kamwe?**

*Saved But Lost* anafuata Anita Wambui - msichana "aliyezaliwa mara ya pili" mara tano lakini hakuwahi kuwa mwanafunzi hata mara moja - na Mchungaji Esther Mwangi, mhubiri mkali ambaye huduma yake ya kasi inagongana na ukweli polepole wa njia ya Yesu.

Kutoka kwa makanisa makubwa ya Nairobi hadi miduara ya ufuasi tulivu chini ya miti, simulizi hii ya kuvutia inafichua sehemu kuu ya upofu ya kanisa la kisasa: mizizi mifupi chini ya madhabahu zinazong'aa.

Wakati ushuhuda wa Anita unapogeuza taifa juu chini, mabaki huinuka - wachungaji wanatubu, wanafunzi wanaibuka, na Kristo anamrudisha Bibi-arusi Wake.

Hadithi ya kinabii na ya kina ya hisia iliyochochewa na matukio ya kweli, *Saved But Lost* inaita kila mwamini, kiongozi, na mtafutaji kugundua tena agizo lililosahaulika: **"Nendeni mkafanye wanafunzi."**

Kutoka Afrika hadi mataifa, vuguvugu jipya linaanza - si kwa sauti kubwa, lakini kwa kina zaidi.

*Kwa sababu Mbingu ni kuhesabu mioyo, si mikono.*

# MANENO MUHIMU

1. Riwaya ya uanafunzi wa Kikristo
2. Hadithi za Kikristo za Kiafrika
3. Mfano wa kanisa la kisasa
4. Hadithi ya wokovu na ufuasi
5. Tamthilia ya Kikristo ya kutia moyo
6. Hadithi ya mabadiliko ya imani
7. Uamsho kupitia uhusiano

- “Hadithi za Kikristo kuhusu ufuasi na ukuzi wa kiroho”
- "Tamthilia ya Kikristo ya Kiafrika kuhusu wokovu na imani"
- "Riwaya ya maongozi yenye msingi wa imani kuhusu kanisa la kisasa"
- “Hadithi zinazofundisha tofauti kati ya waongofu na wanafunzi”
- "Vitabu vya Kikristo kuhusu ushauri, mabadiliko, na uamsho"
- "Hadithi za Kikristo za kinabii juu ya imani duni na mizizi ya kina"
- “Vitabu vya wachungaji na viongozi kuhusu ufuasi wa kweli”

# WAKFU

Kwa **mwili wa Kristo** ,

ambaye wakati fulani hupaza sauti zaidi kuliko yeye anasikiliza—ambaye huhesabu waongofu lakini husahau majina—na bado, kupitia neema, bado anamsikia Yesu akibisha hodi.

Kwa kila **Anita** - mtafutaji, mkweli, na asiyeonekana -

na kila **Esta** - aliyeitwa, mwenye karama, lakini akijifunza tena kuketi miguuni pake.

Kwa **kizazi kijacho cha wafanya wanafunzi** ,

ambao watajenga meza, sio minara - na kufundisha mioyo, sio reli.

Kazi hii imejitolea kwako.

Na utembee katika utimilifu wa Agizo Kuu—sio kwenda kwa kasi, bali kwenda *ndani zaidi* .

# SHUKRANI

Kila hadithi inayoamsha mioyo huanza na kunong'ona kutoka Mbinguni. *Kuokolewa Lakini Kupotea: Msururu wa Uanafunzi* haukutokana na ubunifu pekee, bali kutoka kwa mzigo - mzigo wa kuona waamini wamekita mizizi, sio kuharakishwa; mfuasi, sio tu kutangazwa kuwa ameokoka.

Shukrani zetu za dhati ziende kwa:

- **Bwana Yesu Kristo** , ambaye bado anasimama mlangoni na kubisha hodi - akiliita kanisa Lake kurudi kwenye kazi ya polepole ya upendo na mabadiliko.
- **Roho Mtakatifu** , mwalimu na kiongozi wetu, ambaye usadikisho wake huzaa ufuasi wa kweli.
- **Faraja Ladi Ogbe** , mke wangu mpendwa na mfanyakazi mwenza, ambaye sauti yake, sala, na utambuzi hupumua huruma katika kila tafakari na sala katika mfululizo huu.
- **The God's Eagle Ministries (GEM) Global Team** , ambao kujitolea, ubunifu, na imani yao isiyotikisika ilifanya maono haya kuwa hai kupitia uandishi, filamu na teknolojia.
- Kwa kila mfanya wanafunzi, mwombezi, na mwamini kote Afrika, Amerika, Asia, Ulaya na kwingineko - anayechagua njia nyembamba ya kina juu ya maonyesho.

Hii ni kwa ajili yako - mabaki wanaoinuka katika upendo, ukweli, na nguvu.

*Balozi Monday O. Ogbe*

National Transformation StrategistGod's Eagle Ministries – GEM

# DIBAJI

## *Wakati Maamuzi Yalipochukua Nafasi ya Uanafunzi*

*Mathayo 28:19 | Luka 6:46–49 | Ufunuo 3:20*

“Tazama, nasimama mlangoni, nabisha...”

Ufunuo *3:20*

Kote katika mataifa, nimetazama umati wa watu madhabahu zikifurika, machozi yakidondoka, mikono ikiinuliwa, mioyo ikichanganyikiwa. Wachungaji wanafurahi, takwimu huinuka, na bado - muziki unapofifia - kimya hufuata.

Wengi sana wa wale wanaoanza madhabahuni kamwe hawaendelei Msalabani. Tunasherehekea *maamuzi* , lakini tunapuuza *ufuasi* .

Tunahesabu *nambari* , lakini tunasahau *majina* .

Kitabu hiki, *Saved But Lost* , kilitokana na maumivu hayo - maumivu ya waumini wengi kama Anita, ambao walitambulishwa kwa Yesu lakini hawakualikwa *kutembea pamoja Naye* . Nimekutana na mamia kote Afrika, Asia, Amerika, na kwingineko - wote wakitoa mwangwi wa kilio kimoja cha kimya kimya:

"Niliokolewa ... lakini sikuonyeshwa jinsi ya kuishi."

Kanisa la kisasa lina kasi kubwa - ukuaji wa haraka, matokeo ya haraka, uongofu wa haraka. Lakini Yesu hakututuita tufanye haraka; Alituita tufuate. Utume Mkuu haukusema, *"Nendeni mkafanye waongofu."* Ilisema,

*"Nendeni mkafanye wanafunzi..."* (Mathayo 28:19)

Na uanafunzi si dakika - ni **safari** .

## Wito wa Kurudi

Katika kila kizazi, Mungu huinua kilio - ukumbusho wa kile tumepoteza.

Leo, kilio hicho ni wazi: **"Rudini kwenye mizizi."**

Taa zetu zimeng'aa kuliko upendo wetu.

Hatua zetu zimekuwa kubwa kuliko ukimya wetu mbele zake. Na makanisa yetu, ingawa yamejaa, mara nyingi yana njaa ya kiroho.

Roho wa Mungu anawaita viongozi, wachungaji, wainjilisti, na waumini kila mahali kupunguza kasi—kubadilisha *msukumo wa kupata mizizi* , *umaarufu wa malezi* , na *shamrashamra za utakatifu* .

Ni lazima tuache kutokeza mayatima wa kiroho na kuanza kulea wana na binti katika Ufalme.

## Kioo kwa Wakati Wetu

Hadithi ya Anita si ya kubuni - ni kioo.

Inaonyesha Nairobi, ndiyo - lakini pia Lagos, London, Manila, Mexico City, New York, na Jerusalem. Inaakisi kila ushirika ambapo mikono inainuliwa katika ibada, lakini mioyo ingali inatangatanga.

Inatuuliza:

- Je, tuliwaleta kwa Yesu au kwetu wenyewe?
- Je, tuliwafundisha sauti yake au programu zetu tu?
- Je, tulitembea nao katika maumivu yao, au kuhubiri kupita machozi yao?

Udanganyifu wa uamsho bila uhusiano ni hatari.

Umati unaweza kushangilia, lakini Mbingu bado inaweza kulia.

Yesu alisema,

"Wengi wataniambia, 'Bwana, Bwana...' lakini mimi nitasema, 'Sikuwajua ninyi kamwe.'"

*(Mathayo 7:22–23)*

Hii sio hukumu - ni mwaliko.

Mwaliko wa kurudi kwa *kina*, kwa *ufuasi*, na kwa *mlango wa mabadiliko ya kweli.*

## Wakati wa Kinabii

Nilipokuwa nikiombea kazi hii, Bwana alizungumza na moyo wangu:

"Jumatatu, Kanisa Langu limefaulu wito wa madhabahuni lakini limesahau ufuatiliaji.

Wanawazaa lakini wanawaacha wakivuja damu. Waambie - bado nabisha."

Niligundua basi kwamba uanafunzi si mkakati - ni misheni ya uokoaji.

Kila mwongofu asiye na mwanafunzi ni mtu asiye na elimu - uamuzi mmoja kutoka kwa kukata tamaa, swali moja ambalo halijajibiwa mbali na kuondoka.

Ndiyo maana *Kuokolewa Lakini Kupotea* kunakuwepo:

Kutuonyesha kile kinachotokea wakati wokovu unatolewa bila kuchungwa.

## Uamsho Umeanza

Kote ulimwenguni, mabaki yanaongezeka.

Miduara midogo chini ya miti, madarasani, majumbani - waumini wanakusanyika tena, si kuburudishwa bali kugeuzwa.

Kutoka Nairobi hadi Abuja, kutoka Manila hadi Madrid, kutoka São Paulo hadi Seoul - mioyo inafunguka, na injili ya kweli ya *kutembea nami* inarejea.

Hili ndilo vuguvugu la *Kuokolewa Lakini Waliopotea* linawakilisha - wito wa kupunguza mwendo, kuketi miguuni pake, na kutembea katika njia zake.

## Maombi Yangu Kwako

Unaposoma, usikimbilie. Hebu kila sura ikusome tena.

Jionee katika Anita.Tazama huduma yako katika Esta.Tazama kizazi chako katika Ruthu.

Na ukurasa wa mwisho unapogeuka, hadithi yako mwenyewe na ianze - hadithi ya kutembea na Yesu, hatua moja baada ya nyingine.

Hiki si kitabu tu - ni wito kutoka Mbinguni.

Roho bado anasema,

"Tazama, nasimama mlangoni, nabisha..."

Je, utafungua?

Kwa neema na ukweli,

**Balozi Monday O. Ogbe Mwanzilishi**

*Mkakati wa Kitaifa wa Mabadiliko*

*– God's Eagle Ministries ( GEM )*

◈ www.otakada.org[1]

# PROLOGU YA CINEMATIC

## *"Imeokolewa... Lakini Imepotea"*

*Luka 8:13 | Yohana 8:31–32 | Mathayo 23:15*

Jua la alasiri liliwaka Nairobi.

Umati wa watu ulikusanyika uwanjani - mabango yalipepea, muziki ulivuma, na hewa ilikuwa hai kwa vigelegele vya haleluya. Taa za jukwaani zilimulika ala zilizong'aa huku mwanamke akisonga mbele, akiwa amebeba maikrofoni mkononi - sauti yake ilikuwa kali, shauku yake haikuzuilika.

"Ikiwa unamtaka Yesu maishani mwako," alilia,

"njoo sasa! Usicheleweshe hatima yako!"

Umati ulilipuka.

Ngoma zilipigwa. Wimbi la watu lilipanda kuelekea jukwaani - wakilia, wakiinua mikono, wakitetemeka kwa hisia.

Miongoni mwao alikuwa **Anita Wambui** , mwanafunzi mchanga wa chuo kikuu mwenye macho ya upekuzi.

Alikuwa akipambana na mfadhaiko, mshtuko wa moyo, na maswali ambayo hakuna mhadhara ungeweza kujibu. Mchana huo, alikimbia mbele, machozi yakimwagika kwa uhuru.

Mshauri mmoja alimkumbatia kwa muda mfupi, akamnong'oneza, "Karibu kwa familia,"

---

1. https://www.otakada.org

na kuelekea kwenye mkono unaofuata ulioinuliwa. Hakuna aliyeuliza jina lake. Hakuna aliyeuliza hadithi yake.

Alienda nyumbani usiku huo akiwa ameshika kijitabu kidogo: *"Sasa Umeokolewa."*

Moyo wake ulijawa na matumaini - *labda wakati huu ungekuwa tofauti.*

Lakini mwezi mmoja baadaye, kampeni nyingine ya msalaba ilikuja.

Mhubiri tofauti.Wito tofauti.Umati sawa. Hisia zile zile. Na tena, Anita alikimbia mbele - akilia, akitubu, akikubali tena.

"Nafsi nyingine kwa Yesu!" mhubiri akapiga kelele.

Umati ulishangilia. Kamera zilibofya. Hashtag zilizovuma.

Hakuna mtu aliyemtambua kutoka kwenye vita vya mwisho.

Wiki ziligeuka kuwa miezi.

Makanisa matano tofauti "wokovu" matano tofauti.

Kila wakati aliambiwa, "Wewe ni mpya sasa - zamani zako zimepita."

Lakini maisha yake ya nyuma bado yalifuata nyumbani kwake.

Usiku wa upweke ulirudi.

Tamaa iliimarisha mshiko wake.Vidonda vya zamani vilifunguliwa tena.Aliomba, akafunga, akakiri - lakini hakuna kilichobadilika.

"Waliniambia nilizaliwa mara ya pili..."

alinong'ona usiku mmoja, akitazama juu ya dari, "lakini kwa nini bado ninalia kila usiku? Kwa nini ninahisi upweke sana?"

Katika kanisa moja, walimvalisha kwa ajili ya timu ya maigizo.

Katika lingine, walimpa mstari wa kukariri. Katika mwingine, kiongozi alimwambia, "Omba tu zaidi - utajisikia vizuri."

Hakuna aliyeona hofu nyuma ya tabasamu lake.

Hakuna mtu aliyeona vita machoni pake.

Nyuma ya milango iliyofungwa, alishindana na:

- **Tamaa** iliyowaka kila usiku wa upweke.
- **Hofu** ambayo alimnong'oneza haitoshi.
- **Kiwewe** kutokana na unyanyasaji hakuwahi kumwambia mtu yeyote juu yake.
- **Uvumi** uliomtenga.
- **Shaka** kwamba Mungu alikuwa amemwokoa kweli.

Makanisa matano.

Shangwe tano.Kukumbatiana tano kwa kina kifupi.Lakini si mfuasi mmoja.

Usiku mmoja, wakati wa mchezo wa kuigiza kanisani,

Anita alivunjika nyuma ya jukwaa - akitetemeka, akilia bila kujizuia.

Muigizaji mwenzake alitazama huku akiwa amechanganyikiwa.

"Kuna nini?"

"Sijui mimi ni nani tena," alilia sana. "Nimevunjika sana ndani."

Muigizaji alisita, kisha akasema kwa upole,

"Omba tu kwa lugha, dada."

Alijaribu -

lakini maneno hayakuwa tupu.

Usiku huo, ibada ilipoisha kwa makofi na taa,

Anita aliteleza nje ya mlango wa kando kimya kimya - bila kutambuliwa, bila kuonekana, na kutenduliwa.

Nje, mvua ilianza kunyesha.

Kelele za umati zilisikika nyuma yake—sifa bila kuwapo, sherehe bila uhusiano.

"Katika kelele za uamsho, alipotea katika ukimya wa kupuuzwa.

Madhabahu ilimwita - lakini hakuna mtu aliyemfuata nyumbani."

**Sauti ya Yesu (ya upole, ya kina):**

"Uliwakusanya haraka - lakini hukuwahi kutembea nao polepole.

Uliwapa mwanga - lakini sio mizizi."

Anita alipotoweka kwenye mvua,

ndani ya kanisa, skrini iliangaza sana:

*'Kanisa la Njia ya Utukufu - Roho 5,000 Zimeokolewa Mwezi Huu!'*

Lakini hesabu ya Mbinguni ilisimulia hadithi nyingine.

"Na Yesu akasimama mlangoni -

akibisha, akingojea, akilia."

Hapa ndipo yote huanza.

Hadithi ya nafsi iliyokutana na Yesu mara tano—lakini haikukutana kamwe na mwanafunzi.

Hadithi ya kanisa lililokimbia haraka -

na Mwokozi aliyesimama tuli.

Hadithi ya *Kuokolewa... lakini Imepotea.*

# JINSI YA KUTUMIA MFULULIZO HUU

MSURURU HUU NI **hadithi na safari ya ufuasi.**

Unaweza kuitumia kama:

1. ◈ **Mfululizo wa Filamu** - Tazama kila moja ya vipindi 12 vya sinema, moja kwa wiki. Tafakari na jadili kwa kutumia maswali na sala zinazofuatana.
2. ◈ **Kitabu cha Ibada** - Soma kipindi kimoja kwa wiki au kwa siku. Tafakari juu ya andiko, tafakari kupitia Ambassador Insights, na funga kwa sala na tamko.
3. ◈ **Mtaala wa Uanafunzi** - Kwa vikundi vidogo, makanisa, au huduma. Kila kipindi kinaisha na swali la kuwezesha na sala ya kikundi.
4. ◈ **Msururu wa Vyombo vya Habari** - Tumia tafakari za video za Balozi Jumatatu na Comfort Ogbe kama ibada za kila wiki kwenye mitandao ya kijamii au katika matangazo ya huduma.

---

## ◈ Mtiririko wa Kila Wiki Unaopendekezwa

| Siku | Kuzingatia |
|---|---|
| **Siku ya 1** | Tazama/Soma Kipindi (Hadithi + Maandiko) |
| **Siku ya 2** | Tafakari Mawazo ya Balozi |
| **Siku ya 3** | Omba & Tangaza |
| **Siku 4-5** | Jadili na Utume Ombi na kikundi au familia yako |
| **Siku ya 6** | Mtumikie au umshuhudie mtu kwa kutumia somo la juma hilo |
| **Siku ya 7** | Pumzika na Usikilize - Jarida kile Mungu anasema |

## Jinsi ya Kusafiri na Global Movement

JIUNGE NA WAUMINI WENGINE kote ulimwenguni kwa kuungana kupitia:

**www.otakada.org**[2]

**#SavedButLostSeries #DiscipleshipNotDecision #GodsEagleMinistries**

2. https://www.otakada.org

Jisajili kwa tafakari za kila wiki na Ambassador Monday & Comfort Ogbe .

Kupitia kiungo hiki cha YouTube - https://www.youtube.com/@AmbassadorMondayogbe

Vipindi vyote vijavyo vitakuwa kwenye kituo hiki

Angaza Video kwenye kiungo cha YouTube cha "Imehifadhiwa Lakini Imepotea" - https://youtu.be/qjewKKJLSKQ?si=hiblhmr9O75rmmqK

## Msingi wa Utume Mkuu

*MATHAYO 28:18-19 (KJV)*

"Basi, enendeni, mkawafanye mataifa yote kuwa wanafunzi, mkiwabatiza kwa jina la Baba, na Mwana, na Roho Mtakatifu."

*Huu sio wito wa kuhesabu waongofu - lakini kufuasa mataifa.*

# UTANGULIZI

Shamba kubwa chini ya jua la Afrika. Watu wasiohesabika huinua mikono yao kwa kujisalimisha, machozi yakitiririka nyusoni mwao. Wachungaji wanapaza sauti, "Nafsi nyingine imeokolewa!" Kamera flash. Mwelekeo wa lebo za reli.

Lakini katika vivuli - mwanamke mmoja mdogo anasimama peke yake. Macho yake yanatafuta mtu ambaye atatembea kando yake. Hakuna aliyekuja.Anaitwa **Anita.**

Hii sio hadithi - ni kioo.

"Katika mabara yote, tumekamilisha uongofu lakini tukapuuza muendelezo.

Tumejenga hatua za maamuzi - lakini ni meza chache za ufuasi. Tumejaza majengo yetu - bado tumemimina mioyo yetu."

Kanisa la kisasa lina kelele, haraka, na limeng'arishwa. Madhabahu huita mafuriko. Taa dazzle.

Lakini chini ya makofi kuna maumivu ya kimya - imani isiyo na mizizi, waumini wasio na wanafunzi , na roho zilizovunjika.

Wengi, kama Anita, *"wameokolewa lakini wamepotea"* - wanatambulishwa kwa Yesu, lakini hawajaalikwa kusafiri pamoja Naye.

"Kitabu hiki kilitokana na machozi - sio nadharia.

Katika kila uamsho nilioshuhudia, niliona maamuzi yakiongezeka lakini wanafunzi wanapungua. Roho Mtakatifu aliniuliza swali moja:

*'Jumatatu, je, wanaokolewa kutoka kwa dhambi au kutoka kwa kuchoka tu?'*

Swali hilo lilinishtua - na kuanza safari hii."

"Tazama, nasimama mlangoni, nabisha.

Ulijenga kuta kubwa, lakini umesahau njia ya ndani. Niruhusu tena - sio kuhesabu, lakini kuzungumza."

Kutoka Nairobi hadi New York, São Paulo hadi Seoul - mamilioni ya watu wana jina la "Mkristo,"

lakini wanashindana na uraibu wa siri, kiwewe, na kuchanganyikiwa kuhusu imani. Waliingizwa **kwenye wokovu** , sio **kuanzishwa katika mabadiliko.**

Katika makanisa mengi, uinjilisti umechukua nafasi ya uhusiano.

Ukuaji umechukua nafasi ya neema.Na waongofu, wasio na mizizi, wanapeperuka na kila dhoruba.

"Kitabu hiki si laana. Ni simu ya kuamsha.

Ni kioo kwa wachungaji, ramani kwa wanafunzi, na kilio cha rehema kutoka Mbinguni."

**Sababu:**

*Imehifadhiwa Lakini Iliyopotea* ni zaidi ya hadithi - ni kioo cha kinabii.

Mfano wa sinema wa zama zetu. Unatuuliza sisi sote: "Je, kweli tulifanya wanafunzi ... au tulifanya maamuzi?" "Je, tulitembea nao, au kuwapungia mkono?" "Je, tulijenga kwa kina, au tu kujenga upana?"

"Tatizo kubwa zaidi katika kanisa sio uasherati - ni kutokomaa.

Na dawa pekee ... ni uanafunzi."

**Mwaliko:**

"Nifuate... si tu kwenye madhabahu, bali kupitia bonde."

"Basi njoo - tembea na Anita. Tembea na Esta. Tembea na Ruthu.

Jionee mwenyewe katika safari yao. Na hadithi inapoisha - yako mwenyewe ianze."

*Sauti: Kwaya inayofifia; mapigo ya moyo laini; mwanga wa mapambazuko juu ya anga ya Nairobi.*

**Mwaliko wa Msomaji:**

Baada ya kusoma, chukua hatua inayofuata:

Jiunge na Safari ya Siku 40 na Yesu - Mfululizo wa 1[1]

Au tumia kiungo hiki - https://www.otakada.org/get-free-40-days-online-discipleship-course-in-a-journey-with-jesus/

Endelea na DNA ya Uanafunzi - Mfululizo wa 2[2]

Au tumia kiungo hiki - https://www.otakada.org/get-free-40-days-dna-of-discipleship-journey-with-jesus-series-2/

**Balozi Jumatatu O. Ogbe (Anafunga):**

"Hii sio hadithi tu. Ni wito.

Kwa sababu Yesu bado anabisha ... na wakati huu, Anaita mizizi."

---

1. https://www.otakada.org/get-free-40-days-online-discipleship-course-in-a-journey-with-jesus/
2. https://www.otakada.org/get-free-40-days-dna-of-discipleship-journey-with-jesus-series-2/

# SURA YA 1 - Udanganyifu

*Luka 10:38–41 | Mathayo 23:15 | Ufunuo 2:4–5*

Kanisa la Glory Path lilimeta kama almasi katikati mwa Nairobi. Kuta zake za kioo zilinasa mwanga wa jua, na kuusambaza katika vipande elfu moja vilivyokuwa vikicheza kwenye sakafu iliyong'aa. Hewa ilivuma kwa msisimko huku watu elfu tano wakisonga mbele, sauti zao zikipaa katika ibada chini ya mwavuli wa taa zinazosonga.

Mchungaji Esther Mwangi alisimama kwenye mimbari - akiangaza, akiwa na amri, mwenye umri wa miaka 42 na mwenye bidii. Mahubiri yake yalikuwa motomoto, miito yake ya madhabahu ilikuwa maarufu. Kila Jumapili ilikuwa tamasha. Mikono iliruka juu. Machozi yalitiririka. Kelele za "Haleluya!" aliunga mkono ukumbi mzima. Ilikuwa uamsho - au hivyo ilionekana.

Juu yake, skrini kubwa ilionyesha kauli mbiu ya kanisa:

**"Imani Mfungo: Hakuna Kuchelewa Katika Hatima."**

Katika mitandao ya kijamii, lebo ya reli **#GlorySaved** ilivuma kila wiki. Kila simu ya madhabahuni ilitiririshwa moja kwa moja, kila uamuzi uliwekwa. Idadi ilipanda zaidi kila Jumapili, na huduma ya Esther ikaongezeka.

Miongoni mwa umati huo alikuwemo mwanamke kijana - **Anita Wambui** , mwanafunzi wa chuo kikuu mwenye macho angavu na maswali mazito sana kupata majibu ya haraka. Alikua katika ukimya na vivuli, akiwa amebeba majeraha ambayo hakuna mtu aliyeyaona. Alipomsikia Mchungaji Esta akilia, "Njoo kwa Yesu sasa - maisha yako ya zamani yanaisha leo!" Moyo wa Anita ulienda mbio. Miguu yake ikasogea kabla akili yake haijaweza. Alikimbia mbele, machozi yakimtoka, mikono iliyoinuliwa.

Walimuombea. Kamera ziliwaka. Watumiaji walihesabu.

"Nafsi nyingine ilishinda kwa ajili ya Kristo!"

Makofi yalivuma ukumbini.

Anita alitabasamu kwa unyonge. Kwa mara ya kwanza baada ya miezi kadhaa, alihisi kuonekana.

Lakini ibada ilipoisha, alijikuta peke yake tena - hakuna ufuatiliaji, hakuna rafiki, hakuna mtu wa kuuliza hadithi yake.

Wiki moja baadaye, mwanga ulififia. Unyogovu ulirudi nyuma. Aliomba, akalia, akatubu tena - lakini hakuna kilichobadilika.

Kisha ukaja uamsho mwingine. Mhubiri mpya. Sauti kubwa zaidi. Anita alienda tena - akitumaini wakati huu ingedumu. Machozi sawa, maneno sawa, makofi sawa.

"Wewe ni kiumbe kipya!" walipiga kelele.

Kwa siku chache, aliamini.

Kisha akaanguka tena - katika tabia za zamani, mawazo ya zamani, maumivu ya zamani.

Makanisa matano baadaye, Anita alikuwa "ameokolewa" mara tano.

Kila wakati, umati mpya ulipiga makofi.Kila wakati, alisherehekewa - lakini hakuwahi kuwa mwanafunzi.

Hakuna aliyeuliza, "Je, unaelewa wokovu?"

Hakuna mtu aliyetembea naye katika kiwewe alichobeba kutokana na unyanyasaji wa utotoni. Hakuna aliyeona vita vyake na tamaa, upweke, na kujidhuru.

Walimpa nguo mpya za kanisani, wakamfundisha jinsi ya kunukuu Maandiko, na wakamwalika kwenye timu ya drama. Lakini chini ya uso, Anita alikuwa akifunua.

Jumapili moja, nyuma ya jukwaa kabla ya onyesho, mikono yake ilianza kutikisika bila kudhibitiwa. Kifua chake kikakaza. Hakuweza kupumua. Machozi yalimtoka huku akimnong'oneza mwigizaji mwenzake,

"Sijui mimi ni nani. Nimevunjika moyo sana."

Msichana huyo alibaki akimtazama kwa uchungu.

"Omba tu kwa lugha, dada."

Anita alijaribu. Lakini maneno hayo yalihisi utupu.

Makofi kutoka kwa jukwaa yalipiga tena - lakini ndani, alikuwa akianguka.

Kila wiki, kanisa lilisherehekea idadi. Kila mwezi, takwimu mpya zilijaza skrini. Nafsi zimeokolewa. Ubatizo uliorekodiwa. Hashtag zinazovuma.

Lakini Yesu alisimama kimya nyuma - akibisha hodi.

Hakuna mtu aliyemsikia juu ya muziki.

Walikuwa na shughuli nyingi za kuhesabu maamuzi hivi kwamba walisahau kusitawisha ibada.

Wakiwa na hamu sana ya kuzaa matunda hivi kwamba walipanda kwenye zege. Kama Martha, "walihangaishwa na utumishi mwingi," wakakosa sauti tulivu iliyosema,

"Mariamu amechagua lililo bora zaidi."

Kwa mtazamo wa Mbinguni, Njia ya Utukufu ilikuwa na sauti kubwa lakini yenye uvuguvugu.

Udanganyifu wa kusisimua, mzuri - uamsho bila mizizi.

Na Anita alikuwa majeruhi wake kimya.

## TAFAKARI

MARA NYINGI TUNALINGANISHA msisimko na kukutana, lakini hisia sio mabadiliko.

Kanisa la leo lazima lipunguze kasi. Wito wa madhabahuni si mstari wa kumalizia - ni sehemu ya kuanzia ya matembezi ya maisha yote.

Tunapokimbilia watu kwa wokovu bila kutembea nao baadaye, tunaunda mayatima wa kiroho - waumini wa kihisia wasio na msingi. Adui haogopi uamuzi; anaogopa uanafunzi.

Hadithi ya Anita si yake peke yake - ni yetu.

Ni wangapi wameingia kwenye milango yetu na kutoka kwa nyuma, bila kuonekana na bila kulishwa? Ni machozi mangapi yalipigiwa makofi lakini hayakuwa mwanafunzi?

Uamsho hauhusu umati wa watu - ni juu ya Kristo aliyeundwa ndani.

## FUNGUO ZA MAANDIKO

*"MARTHA, MARTHA, UNASUMBUKA na kufadhaika kwa ajili ya mambo mengi, lakini kinatakiwa kitu kimoja."* — **Luka 10:41-42 .**

*"Unasafiri nchi kavu na baharini ili kupata mwongofu mmoja, na ukifaulu unawafanya watoto wa Jahannamu mara mbili kama wewe.* — **Mathayo 23:15**

*"Umeuacha upendo wako wa kwanza, kumbuka urefu ulipoanguka..."* Ufunuo **2:4-5**

# CHANGAMOTO YA VITENDO

PUNGUZA KASI.

Tafuta mtu mmoja wiki hii ambaye alikuja kwa Kristo - na utembee pamoja nao. Uliza hadithi yao. Sikia mioyo yao. Uwe mkono ambao Yesu angenyoosha.

Uamsho huanza tunapochagua kina juu ya onyesho.

# SURA YA 2 - Kubisha

U*funuo 3:20 | Luka 10:38–42 | Yohana 10:27*

Jiji la Nairobi liling'aa chini ya anga la jioni.

Ndani ya jumba la chuo kikuu, mamia walikusanyika - taa zikiwaka, muziki ukipitia kuta. Uamsho mwingine. Ahadi nyingine ya mafanikio.

Anita alikaa karibu na mgongo, mikono imekunja, macho yamechoka. Alikuwa akilia kila chozi aliloweza kulia. Karibu naye, wanafunzi walicheza, wakapiga kelele, wakainua mikono yao. Lakini ndani alihisi ganzi.

Mbele, bendi ilipiga kwa sauti kubwa zaidi, sauti zikipanda hadi kwenye crescendo - "Huu ni wakati wako! Muujiza wako! Hatima yako!"

Lakini katikati ya muziki, sauti tulivu, laini ilianza kunong'ona - dhaifu, lakini wazi.

*"Tazama, nasimama mlangoni, nabisha."*

Ilizimwa na makofi.

Lakini Mbinguni haikuwa ikipiga makofi. Mbingu ilikuwa inaita.

Kisha, wakati wa kikao cha ushuhuda, mwanamke kijana alisimama.

Hakuwa kwenye mpango. Hakuwa na cheo. Jina lake lilikuwa **Ruth** - mshauri mtulivu, mnyenyekevu kwenye chuo kikuu, anayejulikana zaidi kwa maombi kuliko kuwepo jukwaani.

Sauti yake ilitetemeka, lakini macho yake yaliwaka.

"Ufunuo 3:15 inasema, 'Wewe si baridi wala hu moto - kwa hiyo nitakutapika.'

Chumba kilikua kimya.

Wengine walitazama. Wengine walinong'ona.

“Yesu anabisha,” Ruthu aliendelea, “lakini njia zetu za mkato zimemfungia nje!”

Manung'uniko yalitanda kwenye umati. Taa zilimulika kidogo. Hata timu ya muziki iliganda.

"Tumeifanya haraka na yenye kupendeza," Ruthu alisema, "lakini sio waaminifu;

tunahesabu mikono, lakini sio mioyo. Tunajaza madhabahu, lakini sio uhai."

Kwa muda, ukumbi ulihisi kusimamishwa kwa wakati. Hewa ilikuwa nzito - si kwa hype, lakini kwa imani.

Saa hiyo hiyo, **Mchungaji Esther Mwangi** aliketi nyuma ya jukwaa - alialikwa kama mhubiri mgeni.

Alikuwa ametabasamu kupitia ibada, akipiga makofi kwa ushuhuda, hata akarudia mahubiri yake mara ya mwisho. Lakini sasa, Ruthu alipokuwa akisema, mikono yake ilianza kutetemeka.

Mstari ulijirudia akilini mwake - moja ambayo alikuwa amehubiri hapo awali lakini hakuishi kamwe:

*"Lakini jambo moja tu ni muhimu ... Mariamu amechagua lililo bora zaidi."* ( Luka 10:42 )

Mapigo yake ya moyo yakaongezeka. Alifumba macho.

Katika ono, aliona kanisa lake mwenyewe - umati wa watu ukishangilia, mikono iliyoinuliwa, nyuso ziking'aa chini ya miali. Lakini basi, moja baada ya nyingine, nyuso zilififia.Taa zilififia.Jukwaa lilipasuka.

Na nyuma yake, aliona mlango -

na mkono, ukigonga.

Baada ya ibada, Ruth alifunga Biblia yake kimya kimya na kutoka nje ya jumba hilo. Anita alimfuata kwa mbali. Alitaka kuzungumza - kuuliza kitu - lakini hakuweza kupata maneno.

Wakati huohuo, ndani ya chumba chake cha hoteli kote mjini, Mchungaji Esther alikaa peke yake kimya.

Hakuna kwaya. Hakuna kamera. Hakuna makofi.

Alinong'ona, karibu kutetemeka,

"Bwana ... yote yalikuwa bure?"

Hakuna jibu lililokuja - aya hiyo hiyo tu:

*"Mariamu amechagua lililo bora zaidi."*

Kwa mara ya kwanza baada ya miaka mingi, Esta alilia—si kwa ajili ya umati, bali kwa ajili yake mwenyewe.

Udanganyifu ulikuwa umepasuka.

Makofi yalikuwa yametulia. Na Mbingu ilikuwa inabisha.

Sio kulaani - lakini kuingia.

## TAFAKARI

KILA UAMSHO HUFIKIA wakati ambapo Mbingu hukatiza. Mungu anapopunguza sauti yetu ili tusikie kunong'ona kwake.

Kama Esta, viongozi wengi leo ni wanyoofu—wana shauku, wenye nguvu, na wenye bidii. Lakini bidii bila kina huzaa kelele bila mabadiliko. Kanisa lazima ligundue tena **sauti iliyo nyuma ya sauti** - kunong'ona nyuma ya ibada.

Yesu anapobisha, hatazami jukwaa - Anatafuta kiti mezani.

Hatari yetu kuu sio dhambi, lakini badala - kufanya mambo mema badala ya mambo ya Mungu.

Anagonga tena - sio kwa idadi yetu, lakini kwa ukaribu wetu.

## FUNGUO ZA MAANDIKO

*"TAZAMA, NASIMAMA MLANGONI, nabisha; mtu akiisikia sauti yangu, na kuufungua mlango, nitaingia pamoja naye, na kula pamoja naye, na yeye pamoja nami."* — **Ufunuo 3:20**

*"Kondoo wangu huisikia sauti yangu, nami ninawajua, nao wanifuata."* — **Yohana 10:27**

*"Mariamu amechagua lililo bora zaidi, na halitaondolewa kwake."* — **Luka 10:42**

## CHANGAMOTO YA VITENDO

KABLA YA KUSEMA KWA niaba ya Mungu, keti pamoja Naye.

Kabla ya kuijenga nyumba yake, mwache ajenge moyo wako.Tuma wiki hii na uulize,

"Bwana, je, ninabisha kwa sauti kubwa kuliko Wewe?"

Kisha sikiliza. Bado anazungumza.

Bado anagonga.

## SURA YA 3 - Mgogoro

*Mathayo 23:15 | Ufunuo 3:16 | Yohana 15:8*

Asubuhi baada ya uamsho, jiji liliamka na mvua.

Barabara za Nairobi zilimetameta chini ya mawingu ya kijivu, na harufu ya ardhi yenye unyevunyevu ikajaa hewani. Katika mkahawa mdogo karibu na chuo kikuu, Anita aliketi peke yake, vidole vikitetemeka kwenye kibodi cha kompyuta yake ya pajani. Kahawa yake ilikuwa imepoa. Macho yake yalikuwa yamevimba kwa kulia.

Kwa siku nyingi, alirudia maneno ya Ruthu:

*"Yesu anabisha ... lakini njia zako za mkato zimemfungia nje."*

Kila silabi ilipenya sana - sio kanisani, lakini moyoni mwake.

Alikuwa ameishi njia hizo za mkato.Amekuwa majeruhi wa kukimbilia huko.

Kwa hivyo, alianza kuandika.

Maneno yake yalimwagika kama kukiri - ghafi, kutetemeka, kweli:

"Nilitoa maisha yangu kwa Kristo,

lakini hakuna aliyenisaidia kuyaishi. Nililia kwenye madhabahu, lakini hakuna aliyetembea kando yangu. Nilisherehekewa, lakini sikuchungwa kamwe. Waliniambia nipige kelele za ushindi, huku nikizama kimya kimya katika dhambi."

Alinyamaza, machozi yakidondoka kwenye kinanda.

Kisha akaandika kichwa:

**Imehifadhiwa Lakini Imesahauliwa .**

Alisisitiza *kuchapisha* .

Baada ya saa chache, hadithi yake ilienea.

Kwanza kupitia vikundi vya WhatsApp, kisha vikao vya makanisa, kisha kote nchini. Kulipozama, #SavedButForgotten ilivuma kote Kenya. Kufikia asubuhi, ilifika Uganda, Ghana, na Afrika Kusini.

Wachungaji walishiriki - wengine kwa hasira, wengine kimya.

Waumini vijana waliichapisha tena, wakinong'ona,

"Ndiyo mimi."

Wengine walimdhihaki wakisema alikuwa mwasi.

Wengine walilia - kwa sababu waliona tafakari yao katika maumivu yake.

Katika Kanisa la Glory Path, wafanyakazi walikusanyika kwa kuchanganyikiwa.

Simu zilipigwa, vikasha vimejaa.

Mtu fulani alichapisha blogu hiyo na kuiweka kwenye meza ya Mchungaji Esther.

Alisoma mstari wa kwanza mara moja. Kisha mara mbili.

Kisha akaacha kupumua.

"Nilitoa maisha yangu kwa Kristo... lakini hakuna aliyenisaidia kuyaishi."

Moyo wake ulipiga.

Sauti ile ile kutoka kwa ushuhuda wa Ruthu ilirudi:

*"Wewe sio baridi au moto ..."*

Alijaribu kuomba - lakini machozi yalikuja badala yake.

Msaidizi wake aliingia haraka:

"Mchungaji, tunahitaji taarifa kwa vyombo vya habari!"

Esta alinong'ona, hakusikika,

"Hapana. Tunahitaji toba."

Kote Nairobi, watangazaji wa televisheni walijadili chapisho hilo.

"Je, Kanisa limeshindwa katika kizazi kijacho?" mmoja aliuliza.Wapigaji simu walifurika na hadithi - waliovunjika, waliopondeka, waongofu kimya.

Katika bweni moja, wanafunzi walifanya mkesha, wakisoma maneno ya Anita kwa sauti.

Katika lingine, walianzisha kikundi cha WhatsApp kilichoitwa *'Kundi Waliosahauliwa'*.

Kilichoanza kama ungamo mmoja kikawa vuguvugu.

Na Mbingu zilikuwa zinatazama.

Usiku ule, Mchungaji Esther alikaa ofisini peke yake.

Taa zilikuwa zimezimwa. Kelele za nje zilikuwa zimefifia. Juu ya meza yake kulikuwa na Biblia iliyofunguliwa, na macho yake yakatua kwenye mstari ambao hakuwahi kuuona hapo awali:

*"Unasafiri nchi kavu na baharini ili kupata mwongofu mmoja,*

*na ukifaulu unawafanya kuwa mtoto wa motoni maradufu kuliko wewe. — Mathayo 23:15*

Alilia - sio kwa hatia, lakini huzuni.

Kwa miaka mingi, alifikiri alikuwa akijenga ufalme wa Mungu. Sasa aliona amekuwa akijenga takwimu.

Aya ilinong'ona tena moyoni mwake:

*"Kwa sababu wewe ni vuguvugu - si moto wala baridi - karibu kutema mate."* ( Ufunuo 3:16 )

Esther alipiga magoti.

"Bwana," alilia, "nifundishe jinsi ya kutembea tena."

Siku iliyofuata, aliingia kwenye funzo dogo la Biblia kwenye chuo hicho.

Hakuna taa. Hakuna jukwaa. Hakuna kauli mbiu. Kundi tu la wanafunzi wanaosoma kwa utulivu karibu na meza iliyochakaa.

Miongoni mwao alikuwa Ruthu - na kando yake, Anita.

Esta alisimama mlangoni huku akitetemeka.

Ruth alitazama juu, akashangaa.Anita aliganda, bila uhakika.

Lakini Esther alitabasamu huku akitokwa na machozi.

"Naweza kujiunga nawe?"

Chumba kilikaa kimya. Kisha Anita akaitikia kwa kichwa.

Usiku huo, kwa mara ya kwanza baada ya miaka mingi, Esta aliketi - si kama mhubiri, lakini kama mwanafunzi.

Walisoma Maandiko pamoja. Waliomba. Walilia.

Na katika kile chumba kidogo, kitu ambacho Mbingu ilikuwa imengojea kwa muda mrefu kilianza kuchanua -

*uanafunzi.*

## TAFAKARI

KILA MATENGENEZO HUANZA na maungamo.

Blogu ya Anita haikuwa uasi - ilikuwa ufunuo. Ukweli unapoinuka, kiburi huanguka.

Ni lazima tujifunze kusikiliza vilio vilivyo chini ya ukosoaji.

Wakati fulani Mungu hutumia waliojeruhiwa kuwaamsha wanaojulikana sana.Unyenyekevu wa Esta ndio uliogeuza mgogoro kuwa upya.

Katika enzi yetu ya majukwaa na programu, na tusisahau kamwe kwamba ukweli hauogopi kufichuliwa - unasafishwa nao.

Kanisa linapoacha kujilinda na kuanza kuwafunza wengine, uamsho utakoma kuwa kauli mbiu na kuwa njia ya maisha.

## FUNGUO ZA MAANDIKO

*"UNASAFIRI NCHI KAVU na baharini ili kupata mwongofu mmoja, na ukifaulu unawafanya kuwa mtoto wa motoni maradufu kuliko wewe.* — **Mathayo 23:15**

*"Kwa sababu wewe ni vuguvugu - si moto wala baridi - karibu kutema mate."* — **Ufunuo 3:16**

*"Hii ni kwa utukufu wa Baba yangu, kwamba mzae matunda mengi, na kujionyesha kuwa wanafunzi wangu."* — **Yohana 15:8**

## CHANGAMOTO YA VITENDO

UKWELI UNAPOKUKABILI, usijifiche - nyenyekea.

Muulize Roho:

"Ni wapi ambapo nimesherehekea maamuzi zaidi ya uanafunzi?"

Acha maungamo yawe darasa lako.

Uamsho huanza pale ambapo visingizio huishia.

# SURA YA 4 - Mabaki

L*uka 10:42 | Isaya 58:12 | Yohana 21:15–17*

Jumapili iliyofuata, Kanisa la Glory Path lilikuwa kimya isivyo kawaida. Sehemu ya kuegesha magari, iliyokuwa imefurika, sasa ilisimama nusu tupu. Skrini kubwa za LED hazikuwasha tena takwimu; taa za jukwaani zilizimwa.

Mchungaji Esther Mwangi alisimama kwenye mimbari, akitetemeka. Kujiamini kwake kwa kawaida hakukuwa tena. Hakuna vazi la mbunifu, hakuna ishara zilizorudiwa. Unyenyekevu tu - na uaminifu.

Alitazama nyuso zilizo mbele yake - chache kuliko alivyokumbuka, lakini halisi zaidi kuliko hapo awali. Wengi walikuwa wametoka kwa udadisi. Wengine walikuja kwa hasira, wakiwa bado wamejeruhiwa na maneno ya Anita. Wachache walikuja wakitarajia majibu.

Esta akashusha pumzi ndefu huku sauti yake ikikatika huku akianza.

"Tumeshindwa Yesu."

Maneno yalikuwa mazito hewani.

Manung'uniko yalitanda ukumbini. Wengine waliinamisha vichwa vyao. Wengine waliganda, wasijue jinsi ya kuitikia.

"Tulihesabu mikono lakini sio mioyo," aliendelea.

"Tulijaza madhabahu lakini sio maisha. Tulikusanya matunda ambayo hayakua kamwe."

Macho yake yaling'aa.

"Nilijali zaidi na alama za reli kuliko utakatifu. Nilipenda sana mitindo kuliko mabadiliko.

Lakini Yesu ... anatuita tena."

Kilio laini kilisikika kutoka mahali fulani kwenye umati.

“Hakuna tena njia za mkato,” alinong’ona. "Hakuna udongo usio na kina tena.

Hatutakimbia kwa kasi hii tena. Tutatembea polepole - pamoja na Yesu."

Alifumba macho na kuinua mikono yake.

“Bwana, tusamehe.”

Kimya.

Kisha - polepole - mtu mmoja alianza kupiga makofi.

Ilikuwa ni Ruthu.

Alisimama karibu na nyuma, machozi yakimtoka. Mikono yake ilisonga kwa sauti, kwa heshima - sio kumpongeza mwanamke, lakini ukweli.

Wengine walijiunga. Kisha chumba kilichojaa kupiga makofi kwa upole - sio hype, lakini uponyaji.

Siku hiyo iliashiria mabadiliko.

Esther alighairi mikutano yote ya kidini iliyokuja. Mabango yalishuka. Skrini ziligeuka kuwa nyeusi.

Badala yake, alikusanya wale ambao bado walibaki - maelfu ya mioyo ya uaminifu - na kukutana nao katika bustani ya umma huko Nairobi.

Hakuna maikrofoni. Hakuna kauli mbiu.Fungua Biblia tu, fungua mioyo na uwanja wazi.

Nyasi zilikuwa zimelowa kwa umande. Anga iling'aa na mwanga mpya.

Esta akasimama mbele yao na kusema,

"Kuanzia leo, hatutakua - tutakua ndani."

Akawageukia Ruth na Anita.

"Utanisaidia kujenga tena - sio ufalme, lakini familia."

Ruth aliitikia kwa kichwa. Macho ya Anita yalijaa machozi.

Kwa mara ya kwanza baada ya miaka, alihisi kuonekana - sio kama nambari, lakini jina.

Katika majuma yaliyofuata, vikundi vidogo viliunda katika jiji lote.

Baadhi walikutana chini ya miti, wengine katika vyumba vya kuishi, baadhi katika mikahawa au kumbi za shule.Kila mzunguko ulikuwa rahisi: kusoma, kuomba, kushiriki, kuomba.

Waliziita **"Njia Miduara."**

Kila mwamini mpya aliunganishwa na mshauri. Kila mshauri alikuwa na mwongozo. Kila mkusanyiko ulianza na tamko hili:

"Sisi sio waongofu - sisi ni wanafunzi."

Anita alianza kuongoza kikundi kidogo cha wasichana matineja kutoka chuo kikuu chake.

Ruth alisafiri hadi kwenye makazi duni ya karibu, akiwafundisha akina mama jinsi ya kujifunza Maandiko.

Esta aliwazoeza viongozi vijana ustadi wa kusikiliza kabla ya kuzungumza.

Polepole, kitu kilianza kubadilika.

Hakukuwa na mapumziko ya makofi tena, hakuna lebo za reli zinazovuma - maisha yamebadilishwa tu kwa utulivu.

Mwanamke mchanga, ambaye mara moja alijiua, alishiriki hadithi yake na akatabasamu kwa mara ya kwanza baada ya miezi kadhaa.

Mvulana ambaye mara moja alidhihaki maombi alianza kuwaongoza marafiki zake katika ibada ya kila siku. Mwanamume mzee, aliyetengana na familia yake, alipatana na mke wake baada ya kikao cha uanafunzi kuhusu msamaha.

Mbinguni ilitabasamu tena.

Jioni moja, jua lilipokuwa likipungua, Esta alisimama kando ya bustani akitazama duara.

Biblia zimefunguliwa, mikono imeunganishwa, mioyo ikiwa hai. Machozi yalijaa machoni pake.

Sauti ya upole ilinong'ona ndani:

*"Mariamu amechagua lililo bora zaidi."*

Esther akaitikia kwa sauti ya chini.

"Ndiyo, Bwana. Hatutakukimbia tena."

Udanganyifu ulikuwa umekwenda.

Kilichobakia... ni **mabaki** .

## TAFAKARI

KILA HATUA YA KWELI ya Mungu huanza na kuvunjika. Majivuno yanapofifia na unyenyekevu kuongezeka , Yesu anapanda jukwaani tena.

Toba ya Mchungaji Esta haikuwa udhaifu - ilikuwa hekima. Mbingu kamwe haijengi juu ya kiburi; inajenga juu ya kujisalimisha.

Mabaki si wengi - ni wale wanaosalia wakati umati unaondoka.

Hawana sauti kubwa, lakini waaminifu. Sio maarufu, lakini mwaminifu.

Tunaishi katika wakati ambapo Kanisa lazima ligundue tena mwito wake - sio kufanya, lakini **kuunda Kristo** ndani ya watu.

Ufuasi hauelekei. Inabadilisha.

## FUNGUO ZA MAANDIKO

*"MARIAMU AMECHAGUA LILILO bora zaidi, na halitaondolewa kwake." —* **Luka 10:42**

*"Watu wako watayajenga magofu ya kale, na kuinua misingi ya zamani; wewe utaitwa, Mtengenezaji wa Kuta Zilizobomoka, Mtengenezaji wa Barabara zenye maskani.* — **Isaya 58:12**

*"Lisha kondoo Wangu."* — **Yohana 21:17**

## CHANGAMOTO YA VITENDO

USIFUATE UMATI - MFUKUZE Kristo.

Jiulize:

"Mungu ameniita nitembee na nani?"

Tafuta moja, lisha moja, mfuasi mmoja.

Sio saizi ya hatua yako ambayo ni muhimu - ni kina cha utiifu wako.

# SURA YA 5 - Mizizi, Sio Kukimbilia

W*akolosai 2:6–7* | *Yohana 15:5* | *Luka 8:15*

Wiki zilipita tangu asubuhi hiyo kwenye bustani.

Nairobi ilikuwa bado imejaa mazungumzo kuhusu mabadiliko ya Glory Path. Lakini ndani ya masalio, kitu tulivu zaidi - na zaidi - kilikuwa kikiongezeka.

Miduara iliongezeka.

Nyumba zikawa madarasa ya neema. Mbuga zikawa mahali patakatifu. Meza za jikoni zirigeuzwa kuwa mimbari.

Hakukuwa na mabango, hakuna programu - uwepo tu.

Kila kikundi kilianza kwa njia ile ile:

"Habari yako kweli?"

Machozi mara nyingi yalikuja kabla ya ushuhuda.

Hadithi ziliibuka ambazo wakati mmoja zilijificha nyuma ya nguo za kanisa.

Mama mdogo alikiri,

"Sijui jinsi ya kuomba tena."

Mzee mmoja alisema,

"Nimekuwa kanisani kwa miaka ishirini, lakini sijawahi kuwa na rafiki."

Hakuna aliyehukumu. Hakuna aliyeharakisha. Walisikiliza. Waliomba. Walikaa.

Hili halikuwa tena kuhusu umati - lilihusu **jumuiya** .

Katika kundi moja chini ya mti wa mshita, **Anita** aliketi na wasichana watatu kutoka chuo kikuu chake.

Walifungua Injili ya Yohana, wakisoma polepole.

"Ndani yake ndimo ulimokuwa uzima, nao ule uzima ulikuwa nuru ya watu..."

Anita akanyamaza huku sauti ikitetemeka.

"Nuru hiyo ilinipata katika usiku wangu wa giza kabisa."

Mmoja wa wasichana alinong'ona,

"Sijawahi kusoma Biblia kwa sauti hapo awali."

Anita akatabasamu kwa upole.

"Basi leo ni hatua yako ya kwanza."

Walicheka, walilia, waliomba - sio kufanya, lakini kuwa mali.

Kwingineko, **Ruth** aliongoza duru ya ushauri kwa kina mama vijana katika kitongoji duni cha Kibera.

Kila juma, walijifunza hadithi moja kutoka katika Maandiko na hadithi moja ya maisha.

Angeweza kusema,

"Ufuasi sio juu ya kutoroka pambano lako - ni kumwalika Yesu ndani yake."

Wanawake hao walianza kuombeana.

Walianza vikundi vidogo vya kuweka akiba, wakagawana chakula, walitunza watoto wao kwa wao.

Imani haikuhubiriwa tu - ilitekelezwa.

Katika moyo wa yote, **Mchungaji Esther** alikaa na viongozi wachache vijana.

Alikuwa amebadilisha maikrofoni kwa muda mfupi. Badala ya mahubiri, aliuliza maswali.

"Yesu amekuwa akikufundisha nini juma hili?"

Walizungumza juu ya msamaha, subira, na kujifunza kusikiliza.

Mmoja aliandika ubaoni:

**"Ufuasi = Uhusiano + Wajibu."**

Esther akaitikia kwa kichwa.

"Ndiyo. Tuliacha kuwafuata waongofu - na tukaanza kukuza tabia."

Alitabasamu.

"Tulikuwa tumezoea kukimbia, lakini sasa tunajifunza kubaki."

Katika kona ndogo ya bustani, mwongofu mpya aitwaye **David** alianza kuandika habari kila siku.

Mwandiko wake ulikuwa wa kutetemeka lakini wa kweli:

"Siku ya 1 - Ninajifunza kupendwa."

"Siku ya 7 - nilisema ukweli kwa mara ya kwanza." "Siku ya 30 - nilimsamehe baba yangu."

Mabadiliko hayakupimwa tena kwa nambari - lakini kwa majina.

Kote Nairobi, miujiza ya utulivu ilichukua mizizi.

Mjane mmoja alipokea wageni kwa mara ya kwanza baada ya miaka mingi. Mchuuzi wa barabarani alianza maombi ya asubuhi na wateja.Mkuu wa shule alianza kuwashauri walimu wake.

Hakuna hata moja iliyoenea virusi. Hakuna hata kimoja kilichotengeneza vichwa vya habari.

Lakini katika daftari la Mbinguni, ufufuo ulikuwa ukichanua chini ya ardhi.
Jioni moja, Esta alitazama kando ya bustani na kuona mamia ya duara - kusoma, kuomba, kucheka, kulia.
Alinong'ona,
"Bwana, hivi ndivyo unavyojenga."
Sauti ikajibu kwa upole,
*"Si minara - lakini meza. Sio kukimbia - lakini mizizi."*

## TAFAKARI

KANISA LA KISASA LINAPENDA kasi - huduma za haraka, ukuaji wa haraka, mafanikio ya haraka.

Lakini Ufalme hukua katika majira, si sekunde.

Yesu hakuwahi kuwakimbiza wanafunzi wake. Alitembea nao, akala nao, akawarekebisha, na kungoja kama walivyojifunza.

Matunda ya kweli huchukua muda.
Mizizi haionekani, lakini inashikilia kila kitu juu ya ardhi.
Ikiwa unakua haraka bila kukua ndani, dhoruba zitakung'oa.
Ni wakati wa kupima huduma kwa **kina, sio umbali.**

## FUNGUO ZA MAANDIKO

*"BASI KAMA VILE MLIVYOMPOKEA Kristo Yesu kuwa Bwana, endeleeni kukaa ndani yake, wenye shina na wenye kujengwa ndani yake."* — **Wakolosai 2:6-7.**

*"Mimi ni mzabibu; ninyi ni matawi; mkikaa ndani yangu nami ndani yenu, mtazaa sana."* — **Yohana 15:5**

*"Mbegu iliyo kwenye udongo mzuri ni wale walio na moyo wa unyofu na mzuri, ambao husikia neno, na kulishika, na kwa kuvumilia hutoa mazao."* — **Luka 8:15**

## CHANGAMOTO YA VITENDO

USIKIMBILIE UKUAJI wako - mwagilia mizizi yako.

Chukua kifungu kimoja wiki hii na ubaki nacho. Wacha kisome, sio kukujulisha tu.

Jiulize kila siku:
"Je! ninakua zaidi, au kwa sauti kubwa?"
Kwa sababu Mbingu huadhimisha mizizi - sio kukimbia.

# SURA YA 6 - Viwimbi

M*atendo 1:8 | Isaya 60:22 | Mathayo 13:33*

Ilianza kidogo - waumini wachache wakikutana chini ya miti, katika mabweni, na kuzunguka meza za chakula cha jioni.

Lakini kama tone la mvua linalopiga bado maji, harakati zilianza kutetemeka.

Mwalimu katika shule ya upili ya eneo hilo alijiunga na mojawapo ya miduara.

Kila asubuhi, alisali kimya kimya kabla ya darasa,

"Bwana, nifanye kuwa mfuasi ambaye huzidisha."

Alasiri moja, mwanafunzi alimshika akisoma kitabu cha Yohana.

"Bibi, unasoma nini?"

Alitabasamu.

"Sio nini - Nani."

Kufikia mwisho wa mwezi, mwanafunzi huyo alikuwa amekusanya marafiki kumi kuanzisha duara ndogo nyuma ya maabara ya sayansi.

Hakuna kauli mbiu, hakuna mwangaza - Maandiko tu, uaminifu, na nyimbo zinazonong'ona chini ya pumzi.

Hivi karibuni, walimu kutoka shule za jirani walianza kupiga simu:

"Unaweza kutuonyesha jinsi ya kuanza moja pia?"

Mawimbi yaliongezeka.

Sokoni, mjasiriamali mdogo anayeitwa Peter alifunga duka lake la vifaa vya elektroniki mapema kila Alhamisi.

Majirani zake walicheka.

"Biashara inakua - kwa nini ufunge mapema?"

Akajibu,

"Kwa sababu nimejifunza kwamba kulisha roho kunasaidia zaidi ya kuuza skrini."

Aliwakusanya wamiliki wa maduka wenzake kusoma Mithali,

na kikundi chao cha WhatsApp kikawa tegemeo la familia zinazohangaika.

Jioni moja, mwanamke Mwislamu kutoka kwenye kibanda cha karibu alijiunga kimya kimya.

Kufikia wiki ya nne, alinong'ona kwa machozi,

"Huyu Yesu anasikiliza ninapozungumza."

Ufalme ulikuwa ukisonga mbele—si kupitia wahubiri, bali kupitia watu.

Katika chuo kikuu, kundi la Anita lilikuwa kubwa mno kwa darasa.

Aliwagawanya katika miduara midogo - kila mmoja akiongozwa na mtu aliyeshuku zamani. Mvulana mmoja ambaye hapo awali alidhihaki imani yake sasa aliongoza maombi chini ya mti ambao hapo awali alilia chini.

"Sisi si waongofu," Anita aliwaambia, "sisi ni washirika wa Kristo."

Walianza kutumika katika hospitali, kusomesha watoto wa mitaani, na kuwatembelea wazee.

Msichana mmoja, aliyeponywa mawazo ya kujiua, alianza huduma ya barua - akiandika maelezo ya kutia moyo bila kujulikana katika chuo kikuu.

Kila noti iliisha kwa:

"Unaonekana, unapendwa, haujasahaulika."

Wakati huo huo, Mchungaji Esta alisafiri kimya kimya - sio kuhubiri, lakini kupanda.

Alikutana na viongozi wadogo wa kanisa kote Nairobi, akiwafundisha kuhama kutoka *maonyesho ya Jumapili* hadi *hatua za kila siku.*

Jioni moja, kwenye mkusanyiko wa wachungaji, alishiriki:

"Wakati mmoja tulifuata uamsho - sasa uamsho unatembea nasi."

Askofu alisimama, machozi yakijaa machoni pake.

"Tulijenga majengo. Mlijenga waumini."

Punde, makanisa ishirini yaliunda kile walichokiita **"Mtandao wa Njia."**

Kila mmoja aliahidi kuacha kuhesabu mahudhurio - na kuanza kupima mabadiliko.

Kauli mbiu yao:

"Sio wengi, lakini watu wazima."

Mawimbi yalifika kwenye vyombo vya habari.

Mwandishi wa habari wa kujitegemea, aliyetaka kujua mabadiliko hayo, alitembelea mojawapo ya duru za bustani. Alitarajia machafuko - badala yake, alipata utulivu.

"Hii si dini," aliandika baadaye. "Ni marejesho."

Makala yake yalienea mtandaoni - lakini si kama blogu ya kwanza ya Anita.

Wakati huu, kichwa cha habari kilisoma:

**'Mapinduzi tulivu ya Kenya: Harakati za Uanafunzi Zinabadilisha Maisha.'**

Kote katika bara, wengine walianza kuona.

Mchungaji mmoja nchini Ghana aliandika akiuliza,

"Je, unaweza kuwafunza vijana wetu katika The Way Circles?"

Mmishonari mmoja katika Afrika Kusini alisema,

"Tumekuwa tukihesabu waongofu - sasa tunataka kuhesabu tabia."

Hata viongozi wa Ulaya walituma maswali, wakiwa na njaa ya imani iliyohisi kuwa hai tena.

Moto ulioanza katika toba sasa ulikuwa unarekebisha Kanisa.

Na minong'ono ya Yesu ikasikika tena:

*"Mdogo atakuwa elfu,*

*na mnyonge atakuwa taifa lenye nguvu."*

Usiku mmoja, Anita alisimama kando ya mto akiwa na Ruth na Esta.

Walitazama taa za jiji zikitafakari juu ya maji - utulivu, shimmering, kutokuwa na mwisho.

Ruth alitabasamu,

"Unaona? Mawimbi?"

Anita aliitikia kwa kichwa huku macho yakiwa yameganda.

"Tulifikiri tumeshindwa, lakini Alikuwa akijenga wakati wote."

Esther alinong'ona,

"Grace hujenga upya kile ambacho hatia huvunja."

Upepo laini ulivuma juu yao.

Mahali fulani kwa mbali, kengele za kanisa zililia.

Na Mbingu ikatabasamu.

## TAFAKARI

WAKATI MTU MMOJA ANATII kwa kina, maisha mengi hubadilika kimya kimya.

Maumivu ya Anita yakawa jukwaa.Toba ya Esta ikawa uamsho.Uaminifu wa Ruthu ukawa mfumo.

Hivi ndivyo Ufalme unakua - meza moja kwa wakati.

Hakuna uuzaji, hakuna udanganyifu - harakati za Roho tu.

Ni lazima tuache kusubiri mikutano mikuu ili kuanza mabadiliko.

Kila mazungumzo yanaweza kuwa duara.Kila nyumba inaweza kuwa nyumba ya uponyaji.Kila mwamini anaweza kuwa daraja.

Mawimbi ya utii daima yatapita mawimbi ya msisimko.

## FUNGUO ZA MAANDIKO

*"MTAPOKEA NGUVU, AKIISHA kuwajilia juu yenu Roho Mtakatifu; nanyi mtakuwa mashahidi wangu, hata miisho ya dunia."* — **Matendo 1:8**

*"Mdogo atakuwa elfu, mnyonge atakuwa taifa lenye nguvu; mimi, Bwana, nitafanya hivi upesi."* — **Isaya 60:22**

*"Ufalme wa Mbinguni umefanana na chachu...* — **Mathayo 13:33**

## CHANGAMOTO YA VITENDO

USIDHARAU UTII MDOGO.

Jiulize:

"Ni wapi ninaweza kuanzisha mshtuko wiki hii?"

Kwenye meza yako? Ofisini kwako? Katika mtaa wako?

Maisha moja yaliyoguswa sana yatagusa kumi zaidi.

Hivyo ndivyo Yesu anabadilisha ulimwengu—si kwa nguvu, bali kwa uaminifu.

# SURA YA 7 - Mabalozi

2 *Wakorintho 5:20 | Mathayo 5:14–16 | Isaya 61:4*

Ilianza kimya kimya - kama mapinduzi mengi yanavyofanya.

Hakuna tangazo, hakuna mabango ya hafla, hakuna taa za jukwaa.

Kundi tu la waumini wa kawaida - waliofunzwa katika upendo, wenye mizizi katika ukweli - wanaoanza kuingia katika maeneo ambayo hapo awali waliepuka.

Walijiita "**Mabalozi wa Njia.**"

Si kwa sababu walikuwa na ufasaha, bali kwa sababu **walitumwa** .

## Onyesho la Kwanza: Shift

ANITA ALIKAA KWENYE sebule yake ndogo, sasa imejaa viti vilivyochakaa na vicheko vya joto.

Wasichana aliowahi kuwafunza chini ya mti sasa walikuwa wakiongoza miduara yao wenyewe.

Mmoja, muuguzi, alikuwa ameanza mkusanyiko wa kila wiki katika kantini ya hospitali -

ambapo waliombea familia za wagonjwa na kuimba kwa sauti ndogo kati ya zamu.

Mwingine, wakili, alianza kuandaa vikao vya asubuhi na wataalamu wachanga -

akisoma Maandiko kabla ya kuelekea kwenye chumba cha mahakama.

"Hatujaokolewa tu ili kuishi," Anita alisema, akitabasamu, "tumetumwa kuangaza."

Wasichana walitikisa kichwa.

Kila mmoja aliubeba moto kwa njia tofauti, lakini wote waliubeba kwa uaminifu.

## Onyesho la Pili: Tume ya Esther

KATIKA CHUMBA KIDOGO cha mikutano cha Nairobi, Mchungaji Esther alihutubia wachungaji ishirini vijana.

Taa za LED na vipeperushi vya kung'aa havikuwepo.

Sasa alisimama bila chochote ila ubao mweupe na Biblia, akiandika maneno matatu:

**"Kina. Upendo. Kuzidisha."**

"Ikiwa huduma yako itaisha na wewe," alisema,

"basi hukuwa ukijenga Ufalme Wake, bali wako tu."

Kimya kilitanda chumbani.

Aliendelea,

"Yesu hakusema, 'Nendeni mkakuze wafuasi.'

Akasema, Nendeni mkafanye wanafunzi.

Kijana mmoja aliinua mkono wake.

"Tunatumaje mabalozi?"

Esther akatabasamu.

"Hatutumi - tunajisalimisha. Anawatuma."

Na hiyo ikawa mdundo wao mpya -

udhibiti mdogo, tume zaidi.

## Onyesho la Tatu: Milima Saba

MAWIMBI HAYO YALIANZA kugusa **elimu** , **vyombo vya habari** , **biashara** , **serikali** , **familia** , **sanaa** na **dini** .

- Mwandishi wa habari aliyejulikana kwa udadisi alianza kutoa makala fupi kuhusu warekebishaji watulivu.
- Mwalimu alirekebisha mtaala wake ili kufundisha huruma pamoja na hisabati.
- Mbunifu wa mitindo nchini alianzisha laini inayoitwa *Grace Woven* - akiwatumia wafungwa wa zamani kurejesha heshima kupitia muundo.
- Afisa wa polisi, aliyefunzwa katika Njia, alianza kusali na timu yake ya doria kabla ya kila zamu.

Haikuwa shirika - ilikuwa **viumbe** .

Kuishi, kupumua, kuzidisha.

Kila mmoja akawa balozi - akiwakilisha Mbingu katika uwanja wao wa kila siku.

## Onyesho la Nne: Muunganisho wa Bara

BARUA PEPE ZILIANZA kutoka Ghana, Uganda, na Afrika Kusini.

Ujumbe ulifika kutoka Brazili, Ufilipino, na hata Urusi.

"Tulitazama blogi ... mfululizo ... hadithi."

"Tunaweza kujiunga na Njia?"

Hivi karibuni, Miduara midogo ya Njia ilionekana katika lugha zote -

Kiswahili nchini Kenya, Kihispania nchini Peru, Kitagalogi huko Manila, Kirusi huko Moscow.

Wote walifuata mdundo sawa rahisi:

*Neno* - soma.

*Tembea* - iishi.

*Shahidi* - shiriki.

Na kote ulimwenguni, watu walianza kurudia maneno haya:

"Usiamini tu - kuwa."

## Onyesho la Tano: Ubalozi wa Mbinguni

MIEZI KADHAA BAADAYE, huko Nairobi, mkusanyiko ulifanyika.

Hakuna crusade - ushirika tu. Wawakilishi kutoka mataifa kumi na mawili walikutana chini ya paa moja.

Mchungaji Esther, Ruth, Anita, na timu iliyokua ilisimama mbele yao - sio kama watu mashuhuri, lakini kama watumishi.

Ruthu alifungua mkutano, akisoma kutoka **2 Wakorintho 5:20** :

"Kwa hiyo sisi tu wajumbe wa Kristo, kana kwamba Mungu anasihi kupitia sisi."

Machozi yakajaa chumbani.

Anita akasogea mbele na kunong'ona,

"Tuliokolewa mara tano ... lakini tulipata mara moja."

Ukumbi ukanyamaza.

Kisha makofi yakaanza—sio kuwaheshimu, bali kusherehekea **kile ambacho neema inaweza kujenga upya** .

## Onyesho la Sita: Matangazo ya Global Send-Off

WALIMALIZA MKUSANYIKO huo kwa maombi ya kuamrisha.

Moja kwa moja, mikono iliwekwa - sio kutoa umaarufu, lakini uaminifu.

"Nendeni katika miji yenu...

vyumba vyenu vya mikutano...nyumba zenu...na mioyo yenu... na mjenge wanafunzi—sio mapambo."

Maombi yalimalizika kwa maneno haya kutoka kwa Yesu:

"Ninyi ni nuru ya ulimwengu;

mji uliowekwa juu ya mlima hauwezi kusitirika."

Na muziki ulipoinuka,

karibu ungesikia Mbingu ikinong'ona:

"Kanisa limeondoka kwenye jengo hilo."

## TAFAKARI

ULIMWENGU HAUHITAJI watu mashuhuri zaidi — unahitaji **mabalozi** .

Wanaume na wanawake ambao hubeba utamaduni wa Mbinguni katika pembe zao za dunia.

Balozi hasemi maneno yao wenyewe - wanabeba mapenzi ya Mfalme wao.

Yesu aliposema,

"Enendeni ulimwenguni mwote,"

Hakuwa anazungumza tu kuhusu mataifa—Alimaanisha viwanda, jumuiya, na familia.

Huhitaji mimbari kuhubiri.

Chumba chako cha mikutano, darasa lako, jiko lako - hizi ni madhabahu zako.

Popote unaposimama, simama kama mtu **aliyetumwa na Mungu** .

## FUNGUO ZA MAANDIKO

*"BASI TU WAJUMBE WA Kristo, kana kwamba Mungu anasihi kwa njia yetu."* **— 2 Wakorintho 5:20**

*"Ninyi ni nuru ya ulimwengu ... na nuru yenu na iangaze mbele ya watu."* — **Mathayo 5:14–16**

*"Watajenga upya magofu ya kale na kurudisha mahali palipokuwa ukiwa kwa muda mrefu."* — **Isaya 61:4**

# CHANGAMOTO YA VITENDO

JIULIZE LEO:

"Mungu ameniweka juu ya mlima gani?"

Elimu? Vyombo vya habari? Biashara? Familia? Serikali? Sanaa? Dini?

Kisha omba:

"Bwana, nifanye kuwa balozi wako huko."

Sio lazima kuwa maarufu -

lazima uwe mwaminifu.

Wanafunzi wanapokuwa mabalozi,

Injili inaacha kuwa ujumbe—na kuwa harakati.

# SURA YA 8 - Mataifa Yanaamka

*Zaburi 67:2 | Habakuki 2:14 | Mathayo 24:14*

## Onyesho la Kwanza: Cheche Katika Mipaka

ILIANZA NA KUNONG'ONA katika duru za maombi.

Kutoka Nairobi hadi Lagos.

Kutoka Cairo hadi Cape Town.Kutoka katika vitongoji duni vya Mumbai hadi mitaa ya São Paulo.

Watu walikuwa wakizungumza - sio juu ya mhubiri, lakini juu ya muundo: "Wanafunzi wanaofanya wanafunzi."

Mwandishi wa habari wa Kenya aliyekuwa akisafiri kwenda Ghana aliona duara alilolifahamu chini ya mwembe -

waumini wakisoma Injili ya Yohana, kila mmoja akishika zamu. Walipoulizwa ni wa kanisa gani, walitabasamu na kusema:

"Sisi ndio *Njia* - Kanisa lisilo na kuta."

Mwanahabari huyo alilia.

Haikuwa franchise. Ilikuwa ni *familia* .

## Onyesho la Pili: Lugha za Nuru

PUNDE, TAFSIRI ZILIANZA kuenea kama moto wa nyika.

Msimbo mchanga nchini Ajentina aliunda tovuti ili kuunganisha miduara kwa eneo.

Timu ya Manila iliunda matoleo ya sauti ya *Masomo ya Njia* katika Kitagalogi.

Huko Urusi, waumini walinong'ona kupitia VPN, wakituma maandiko yaliyofichwa kwa msimbo.

Huko Mexico, wanafunzi walikutana kwenye mikahawa - wakisoma Mahubiri ya Mlimani kati ya risasi za espresso.

Huko Ufaransa, kikundi cha wasanii kiligeuza mifano kuwa michoro katika mitaa ya Paris.

Kila ulimi, kila chombo, kilibeba mpigo mmoja wa moyo:
"Wafundisheni kuyashika yote niliyowaamuru ninyi." *( Mathayo 28:20 )*
Haikuwa ya Magharibi.
Haikuwa ya Kiafrika. Ilikuwa ni *utamaduni wa Mbinguni* , kupata sauti yake katika kila lugha.

## Onyesho la Tatu: Lindo la Serikali

ASUBUHI MOJA, MCHUNGAJI Esther alipokea barua - si kutoka kwa kanisa, lakini kutoka kwa **Wizara ya Elimu** .
Walikuwa wakifuatilia ripoti kutoka vyuo vikuu -
kupungua kwa matumizi ya dawa za kulevya, kupunguza vurugu, na kuongezeka kwa watu wanaojitolea.
Barua hiyo ilisomeka:
"Hatuelewi unachofanya,
lakini chochote kile, kinafanya kazi."
Punde, viongozi wa serikali waliomba kutazama kikundi cha wanafunzi.
Esther alitabasamu kwa upole na kusema:
"Huwezi tu kutazama ... lazima ushiriki."
Walifanya hivyo.
Na wengi wakaondoka wakilia.
Waziri wa fedha alinong'ona,
"Nimetia saini bajeti kwa miongo kadhaa, lakini haya ... haya ni mabadiliko."

## Onyesho la Nne: Shift ya Airwaves

HUKO LAGOS, MTANGAZAJI wa redio anayeitwa **Dami** alikuwa na kipindi cha usiku wa manane kilichojaa uvumi.
Baada ya kusoma hadithi ya virusi ya Anita, alimwalika kwa mahojiano.
Alikuja kimya kimya, bila wasaidizi.
Aliposhiriki safari yake - kutoka wito wa madhabahuni hadi uraibu, kutoka umaarufu hadi imani -
mamilioni walisikiliza.
Maoni yalifurika kituoni:
"Nilidhani niko peke yangu."

"Sasa ninaelewa wokovu wa kweli ni nini."

Dami alimtazama Anita na kusema,

"Tuna maikrofoni - una ujumbe. Hebu tushirikiane."

Na kwa mara ya kwanza, redio ya kilimwengu ikawa patakatifu.

## Onyesho la Tano: Kiamsha kinywa cha Wafanyabiashara

HUKO KOREA KUSINI, kikundi cha Wakurugenzi Wakuu walianza kukusanyika alfajiri.

Hakuna ajenda. Hakuna ofa. Biblia tu na ukimya.

Mmoja wao alikiri,

"Tulijenga makampuni ... lakini tukapoteza tabia zetu."

Kufikia mkutano wa tatu, walikuwa wakifadhili misheni, kuchukua shule, na kuwashauri vijana.

Mtazamaji aliuliza,

"Ni nini kimekubadilisha?"

Kiongozi wao akajibu,

"Tulikutana na hadithi kutoka Kenya - kuhusu msichana aliyeokoa mara tano lakini hakuwahi kuwa mwanafunzi hata mara moja. Hadithi hiyo ilitubadilisha."

## Onyesho la Sita: Muujiza wa Mashariki ya Kati

KATIKA MJI MDOGO WA Mashariki ya Kati, mtu mmoja anayeitwa Karim alipata PDF iliyoshirikiwa kwa siri.

Ilikuwa *Njia - Safari na Yesu (Siku 40)* iliyotafsiriwa kwa Kiarabu.

Alianza kuisoma kila usiku kwenye karakana yake.

Kufikia siku ya 10, alinong'ona,

"Huyu Yesu... anatembea nami hata katika ukimya."

Muda si muda, mke wake alijiunga naye. Kisha majirani zao.

Mamlaka ilipokuja kuwahoji, Karim alitabasamu na kusema,

"Hatuanzishi dini. Tunakuwa familia."

Waliondoka wakiwa wamechanganyikiwa. Lakini Injili ilibaki.

## Onyesho la Saba: Baraza la Afrika

MIEZI KADHAA BAADAYE, viongozi kutoka mataifa kumi na mawili ya Kiafrika walikusanyika Abuja kwa ajili ya kongamano la dini mbalimbali.

Miongoni mwao alikuwa Mchungaji Esther.

Zamu yake ilipofika, hakuleta slaidi au nukuu.

Alisimulia hadithi ya Anita.

Chumba kilianguka tuli.

Hakuna aliyebishana.

Mwanachuoni wa Kiislamu akasimama na kusema kwa upole.

“Ikiwa hivi ndivyo Kristo wenu anapenda... basi lazima tujifunze kutoka Kwake.”

Wakati huo ulikuwa mtakatifu.

Kuta zilizopasuka. Mioyo ilifunguka.Haikuwa maelewano - ilikuwa huruma.

## Onyesho la Nane: Mkutano wa Kimataifa

MWAKA ULIOFUATA, MWALIKO ulitoka kwa Umoja wa Mataifa.

Mada: *Imani, Amani, na Mustakabali wa Wanadamu.*

Anita, Ruth, na Esther walihudhuria pamoja.

Katika kipindi kifupi, Anita alishiriki tena:

"Hatuhitaji mikutano mingi zaidi - tunahitaji mazungumzo.

Uanafunzi ni upendo, si umeme."

Msimamizi aliuliza,

"Na hii ilianza wapi?"

Anita akatabasamu.

"Katika bustani ndogo ya Nairobi - wakati mwanamke mmoja alitubu, na mwingine akakataa kuacha."

Makofi yakajaa chumbani.

## Onyesho la Tisa: Neno la Kinabii

USIKU HUO, ESTA ALIOTA tena.

Aliona mabara - Afrika, Asia, Ulaya, Amerika - yote yakiwaka kama makaa.

Kisha mkono ukagusa dunia, na moto ukaenea baharini.

Sauti kama maji mengi ilisema:

"Huu sio uamsho - huu ni matengenezo.
Silei waongofu. Ninaunda wana."
Aliamka akitetemeka, akinong'ona,
"Bwana ... na ifanyike."

## Onyesho la Kumi: Mtazamo wa Mbinguni

MALAIKA WALIKUSANYIKA karibu na balcony ya Mbinguni, wakitazama.
Si mikutano ya kidini. Sio kelele. Sio onyesho.
Miduara tu - nyumba - mioyo.
Sauti ilisikika,
"Nchi itajazwa maarifa ya utukufu wa Bwana
kama maji yaifunikavyo bahari." *( Habakuki 2:14 )*
Na Mbingu ilifurahi -
kwa sababu hatimaye wanafunzi walikuwa wameanza *kufunza mataifa* .

## TAFAKARI

UAMSHO WA KWELI HAUHUSU mikusanyiko - ni juu ya utawala wa mioyo.

Yesu aliposema,
"Nendeni mkawafanye mataifa yote kuwa wanafunzi,"
hakuwa anatutuma kwenye utalii. Alikuwa anatutuma kwenye mabadiliko.
Uanafunzi ni mbegu.
Mataifa ni mavuno.
Wakati maisha ya mtu yanabadilika, jamii hubadilika.
Jamii moja inapohama, taifa huamka.
Utii wa Afrika ukawa mwaliko wa kimataifa -
kutembea, sio kukimbilia; kwa mizizi, si kukimbia.

## FUNGUO ZA MAANDIKO

*"ILI NJIA YAKO IJULIKANE duniani, wokovu wako katika mataifa yote."* — **Zaburi 67:2**

*"Dunia itajawa na ujuzi wa utukufu wa Bwana."* — **Habakuki 2:14**

*"Injili hii ya ufalme itahubiriwa katika ulimwengu wote."* — **Mathayo 24:14**

# CHANGAMOTO YA VITENDO

ULIZA: *"Ni sehemu gani ya ulimwengu wangu inahitaji mwanga?"*

Huenda lisiwe taifa - inaweza kuwa jirani yako.

Omba:

"Bwana, uamshe mzunguko wangu,

Mataifa na yaanze nami."

Anzisha kikundi kidogo.

Shiriki ushuhuda wako.Fundisha ukweli mmoja.

Ndivyo mataifa huamka -

mfuasi mmoja kwa wakati.

# SURA YA 9 - Kurudi

*Luka 15:20 | Ufunuo 2:4–5 | Wafilipi 1:6*

## Onyesho la Kwanza: Safari ya Kurudi

ILIKUWA ASUBUHI YA Jumapili yenye angavu jijini Nairobi - lakini haikuwa na sauti kubwa.

Hakuna taa, hakuna kamera, hakuna miundo ya jukwaa.

Upepo wa utulivu tu kupitia milango iliyofunguliwa ya Kanisa la Glory Path—mahali pale pale ambapo, miaka iliyopita, maelfu walikuwa wamekimbilia mbele kwa ajili ya wokovu.

Anita alisimama mlangoni, mikono ikitetemeka.

"Imekuwa miaka mitano," alinong'ona.

"Miaka mitano tangu niende kwenye njia hii."

Mchungaji Esther akatabasamu pembeni yake.

"Na miaka mitano tangu nilipojifunza maana ya kutembea."

Walitazamana, macho yakimeta-meta kwa machozi - si ya hatia, bali ya neema.

## Onyesho la Pili: Hatua Tupu

MIMBARI ILIKUWA BADO ipo - lakini taa za LED hazikuwepo.

Hakuna mashine za ukungu. Hakuna saa za kurudi nyuma.

Badala yake, mduara wa viti vya mbao ulijaza safu ya mbele.

Biblia ziko wazi. Mishumaa ilimulika kwa upole.

Ruthu alisimama mbele yao, Biblia yake ikifunguliwa kwa **Ufunuo 2:4–5** .

"Umeuacha upendo wako wa kwanza;

basi, kumbuka ni wapi ulikoanguka; tubu, ukafanye kazi ulizozifanya kwanza."

Sauti yake ilikatika.

"Hapa ni mahali pale. Mahali tulipoacha upendo."

Esther alipiga magoti kwanza.

Kisha Anita.Kisha wengine.

Machozi yaligusa madhabahu ileile -

lakini wakati huu, hawakuwa wakiomba wokovu. Walikuwa wakimshukuru Mungu kwa *urejesho* .

## Onyesho la Tatu: Upatanisho

ANITA ALIPOINUKA, ALIONA nyuso ambazo hakuwa ameona kwa miaka mingi -

washiriki wa kwaya, wasimamizi, waigizaji kutoka timu ya maigizo.

Mmoja baada ya mwingine, wakamsogelea.

"Tulipaswa kukuchunguza."

“Hatukuelewa ulikuwa unapitia nini.”

Anita alilia.

"Nimekusamehe. Nilipotea pia."

Walikumbatia -

picha ya kumbukumbu ya mkutano wa rehema.

Wakati huo, hakuna mtu alikuwa shujaa.

Neema pekee ilikuwa.

## Onyesho la Nne: Wito Mpya wa Madhabahuni

ESTHER ALIENDA MBELE, akiwa ameshika kipaza sauti.

"Kuna wakati," alisema, "tulipohesabu mikono iliyoinuliwa.

Leo, tunahesabu mioyo iliyorejeshwa."

Yeye paused, kuangalia kote.

“Kama umeokoka, lakini hujawahi kuwa mwanafunzi...

Njoo mbele. Tutatembea nawe.”

Polepole, watu walianza kutoka nje.

Sio kukimbia.Kutembea - kushikana mkono.

Hakuna muziki mkali. Hakuna shinikizo. Uwepo tu.

Ruthu aliwaongoza katika maombi - si kwa ajili ya kuwaokoa, lakini kwa ajili ya mizizi.

## Onyesho la Tano: Mbegu na Udongo

BAADA YA IBADA, WATOTO walipanda miche nje ya lango la kanisa.

Kwenye kila mche, lebo imeandikwa:

"Mzizi katika Kristo. Kukua katika Upendo."

Esther alinong'ona,

"Kila mkono ulioinuliwa lazima utafute udongo ili kukua."

Anita akaitikia kwa kichwa.

"Hakuna moto zaidi - bustani hai tu."

Na siku hiyo, Nairobi iliona kitu kipya -

si miale ya uamsho, lakini *mizizi ya uanafunzi*.

## Onyesho la Sita: Mzunguko wa Ushuhuda

CHINI YA MTI KARIBU na kanisa, kikundi cha kwanza cha wanafunzi kilikusanyika tena.

Huo Ruthu alianza miaka mingi iliyopita.

Sasa mzee, thabiti, na nguvu zaidi.

Walishiriki hadithi za mabadiliko:

- Aliyekuwa mraibu aligeuka mshauri.
- Mama asiye na mwenzi ambaye sasa anawashauri wasichana matineja.
- Mvulana wa mtaani aliyekariri Zaburi na sasa anaongoza ibada katika bustani hiyo.

Anita alitabasamu huku akisikiliza.

"Kila hadithi ilianza na mazungumzo moja ... ufuatiliaji mmoja ... hatua moja ya uaminifu."

Ruth akajibu kwa upole,

"Na Mwokozi mmoja ambaye hakuacha kubisha hodi."

## Onyesho la Saba: Mkono na Moyo

USIKU HUO, ANITA ALIOTA.

Aliona mkono uleule aliouona miaka iliyopita -

ule unaong'aa uliogonga milango ya vioo.

Lakini wakati huu, mlango ulifunguliwa kwa upana.
Mkono uliingia, na sauti ikasema:
"Wakati fulani ulilia, 'Iko wapi amani niliyoahidiwa?'
Sasa wewe kubeba."
Anita alipiga magoti.
Machozi yalitiririka.
"Asante, Bwana... kwa kutokukata tamaa tulipofanya hivyo."

## Onyesho la Nane: Mduara Kamili

ASUBUHI ILIYOFUATA, Anita alitembea katikati ya jiji.

Mabango ambayo hapo awali yalionyesha mabango ya kampeni sasa yalionyesha miradi ya jumuiya.

Timu za zamani za hype sasa walikuwa wainjilisti wa mitaani, wakihudumia chakula na kuwaombea wageni.

Alipopita ukutani, alisimama.
Ilisomeka:
"Ufuasi ni upendo unaodumu."
Alitabasamu.
"Ndiyo ni hivyo."

## TAFAKARI

HADITHI HII ILIANZA na msichana anayeitwa Anita - kuokolewa mara tano, hakuna mwanafunzi.

Lakini huisha na mwanamke aliyezaliwa upya - si kwa hisia, lakini kwa kukutana.

Ilianza na kanisa kuhesabu waongofu.

Inaisha na wanafunzi wanaositawisha Ufalme.

Sisi sote ni Anita kwa namna fulani - tunavutwa na neema, lakini tumeumbwa na ukweli.

Na sisi sote tunajaribiwa na nambari, hadi upendo unatukumbusha kuacha na kusikiliza.

Yesu hakuwahi kutuuliza tukusanye umati.

Alituomba tumfuate - polepole, kwa undani, kwa uaminifu.

Na tunaporudi kwenye madhabahu ya upendo wa kwanza,
tunagundua kile Alichotaka wakati wote:
**ushirika, sio utendaji** .

## FUNGUO ZA MAANDIKO

*"ALIPOKUWA BADO MBALI, baba yake alimwona, akamhurumia."* — **Luka 15:20**

*"Umeuacha upendo wako wa kwanza ... rudi kwenye kazi ulizofanya hapo kwanza."* — **Ufunuo 2:4-5**

*"Yeye aliyeanza kazi njema ndani yenu ataimaliza."* — **Wafilipi 1:6**

## CHANGAMOTO YA VITENDO

JIULIZE LEO:

"Nimeacha mpenzi wangu wa kwanza?"

Omba:

"Bwana, nirudishe - sio kwa hype, lakini kwa moyo."

Fikia:

Fuatilia mtu mmoja uliyewahi kumuombea. Tembea pamoja nao.

Kumbuka:

Wokovu huanza kwa muda mfupi—lakini ufuasi ni maisha yote.

# EPILOGUE - Imeokolewa Lakini Imepotea: Kioo cha Kinabii kwa Kizazi Chetu

M*athayo 28:19–20 | Ufunuo 3:15–20 | Luka 10:41–42*

Ilianza Nairobi.

Lakini haikuwa tu kuhusu Kenya.

Ilituhusu *sisi sote* -

Kanisa la kimataifa, mwamini wa kisasa, roho iliyokuja mbele lakini haikusonga mbele.

Ni kuhusu kila madhabahu ambayo ilihesabu maamuzi... lakini iliwasahau wanafunzi.

Kila mkono ulioinuliwa... lakini haukushika. Kila "Amina" alipiga kelele... lakini hakuishi kamwe.

## Kioo

*IMEHIFADHIWA LAKINI Iliyopotea* sio hadithi - ni tafakari.

Hadithi ya Anita ni sauti ya mamilioni -

waliozaliwa mara ya pili, lakini hawakuzaliwa *tena* .

Tulijenga makanisa ambayo yalikimbia kwa kasi.

Lakini Mbingu ilituita *tutembee* .

Tuliandaa uamsho uliojaza viwanja.

Lakini Yesu bado alisimama nje ya mlango - akibisha hodi.

Tulisherehekea ibada ya Martha

na kusahau ukimya wa Mariamu.

Tulipata idadi,

lakini tulipoteza malezi.

Tulipaza sauti "Ndiyo, Bwana!"

lakini hakuacha kuuliza, "Nini sasa?"

## Onyo

UFUNUO 3:15–16 HAIHUSU wapagani.

Ni barua kwa waumini—kwa *wanafunzi vuguvugu* ,
uamsho *wa haraka-haraka* ,
kwa *imani bila ufuatiliaji* .
"Kwa sababu wewe si moto wala si baridi,
Niko karibu kukutapika utoke katika kinywa Changu."
Kinachohuzunisha Mbingu si dhambi tu -
ni wokovu usio na kina.
Yesu hakufa kwa ajili ya kuhudhuria.
Alikufa kwa upatanishi.
Tunapohubiri kasi badala ya kujisalimisha,
tunainua waongofu - sio masahaba.
Tunapokimbiza majukwaa juu ya watu,
tunaunda minara - sio meza.
Na tunapopuuza ufuasi,
tunarithi kutofanya kazi vizuri.

## Wito

LAKINI KUNA MATUMAINI.
Daima kuna matumaini.
Katika mataifa yote, mabaki wanainuka -
wanyenyekevu, wasio na jina, waaminifu.
Wanakusanyika sio kwa maonyesho,
lakini kwa kuunda.
Wanarudi kwenye mdundo wa kanisa la kwanza -
kuumega mkate, kugawana mioyo, kutembea kila siku.
Afrika ilisikia kubisha kwanza -
lakini sasa Asia inajibu.Ulaya inasikiliza.Maamerika yanakoroga.
Kanisa linakumbuka upendo wake wa kwanza.
Huu sio mwisho wa hadithi -
ni kuletwa tena kwa Yesu kwa Bibi-arusi Wake.

## Ujumbe

IKIWA UMEOKOLEWA **lakini umepotea** ,

sikia haya:
Yesu hakuitii kujaribu zaidi.
Anakuita utembee karibu.
Huhitaji kuwa mkamilifu -
uwepo tu.
Tafuta mduara.
Jifunze sauti Yake. Mpende jirani yako. Uwe mfuasi - na fanya wanafunzi.
Hii ndiyo njia nyembamba -
njia pekee inayodumu.
"Basi, enendeni, mkawafanye mataifa yote kuwa wanafunzi..." *(Mathayo 28:19)*
Sio kauli mbiu.
Ni wito.

## Sala

BABA,
Tunarudi.
Kutoka kwa umati hadi ushirika,
kutoka kwa hype hadi utakatifu, kutoka kwa idadi hadi malezi.
Tunatubu kwa kila nafsi tuliyoihesabu,
lakini hatukuibeba.
Utusamehe kwa kusherehekea mikono iliyoinuliwa
bila mioyo kubadilishwa.
Rejesha upendo wetu kwa kusikiliza.
Kufufua njaa yetu kwa kina.
Hebu Kanisa lipunguze mwendo -
kutembea tena na Wewe.
Katika jina la Yesu.
Amina.

## Tangazo la Kinabii

NINATANGAZA JUU YA kizazi hiki -
Enzi ya wito tupu wa madhabahuni inaisha.

Msimu wa ufuasi wa kina unaanza.

Roho Mtakatifu anarejesha **Ukristo wenye mizizi** .

Nyumba kwa nyumba. Moyo kwa moyo.

Makanisa hayatafuata kasi tena - yatatafuta utulivu.

Wachungaji hawatahesabu tena waongofu - watainua wenza. Waumini hawatapepesuka tena - watakaa.

Na mataifa hayatasikia tu Injili -

wataona **ikiishi** .

Kwa maana Yesu anajenga Kanisa Lake tena -

na wakati huu, milango ya kuzimu haitalishinda.

## MALIPO YA MWISHO

HUJAITWA KUWA MTU MASHUHURI.

Umeitwa kuwa **mfuasi** .

Hujaitwa kwenda virusi.

Umeitwa kwenda **kufanya wanafunzi** .

Hujaitwa kuonekana.

Umeitwa **kutumwa** .

Hadithi ya Anita inaishia pale yako inapoanzia:

Sio madhabahuni - lakini barabarani.

Chukua msalaba wako.

Mfuate Yeye.Tembea kwa upendo.Na usiamini tu - **kuwa** .

"Mariamu amechagua fungu lililo bora zaidi, na halitaondolewa kwake." — *Luka 10:42*

"Tazama, nasimama mlangoni, nabisha..." *Ufunuo 3:20*

"Yeye aliyeanza kazi njema ndani yenu ataimaliza hata kuimaliza." — *Wafilipi 1:6*

**Imeokolewa Lakini Imepotea** haikuandikwa kukuburudisha.

Iliandikwa ili **kukuamsha** .

Yesu bado anabisha.

Je, utafungua?

# IMEOKOLEWA LAKINI IMEPOTEA — MWONGOZO WA KUJIFUNZA NA KUTAFAKARI

*Safari ya Vikao 9 kutoka kwa Uamuzi hadi Ufuasi*

"Wafundisheni kuyashika yote niliyowaamuru ninyi." — *Mathayo 28:20*

## KIPINDI CHA 1: *Udanganyifu*

*LUKA 10:38–41 | Mathayo 23:15*

### Muhtasari

KANISA LA GLORY PATH lilimeta taa na kauli mbiu - lakini lilikosa upendo. Huduma ya Mchungaji Esta ilihesabu maelfu ya maamuzi lakini ikapuuza uanafunzi. Anita, aliyeokolewa mara tano katika makanisa matano, alifananisha kizazi kinachofuata nyakati za kihisia lakini kilikosa mabadiliko.

### Maswali ya Tafakari

1. Ni kwa njia gani Ukristo wa kisasa umebadilisha ufuasi na tamasha?
2. Je, tunawezaje kutambua kati ya mwitikio wa kihisia na wongofu wa kweli?
3. Je, kuna " Anitas " karibu nasi - watu wanaosherehekea, lakini hawajali?

### Kuzingatia Maombi

"BWANA, FUNGUA MACHO yetu kwa udanganyifu ambao tumeunda. Utufundishe kuona mioyo, sio mikono."

Ombea makanisa yaliyonaswa katika hype ili kugundua tena unyenyekevu na kina.

## Maombi ya Maisha

ANDIKA JINA MOJA LA mtu ambaye aliwahi kuja kwa Kristo lakini akapeperuka. Fikia wiki hii. Uliza jinsi wanavyofanya kweli - sio kiroho, lakini kibinafsi.

# KIPINDI CHA 2: *Kubisha*

*UFUNUO 3:15–20 | Luka 10:42*

## Muhtasari

WAKATI KANISA LILISHEREHEKEA wokovu wa haraka, Yesu alikuwa nje - akibisha hodi. Sauti ya Ruthu ya ukweli ilipenya umati, ikimkumbusha Esta kwamba uamsho bila uhusiano ni uasi dhidi ya upendo.

## Maswali ya Tafakari

1. Je, ni mara ngapi "tunafanya huduma" bila kumsikiliza Yesu?
2. Je, ina maana gani kwa Yesu kuwa anabisha mlango wa kanisa *letu* ?
3. Kwa nini tunapinga kushuka katika maisha ya kiroho?

## Kuzingatia Maombi

"BWANA YESU, TUNAFUNGUA mlango. Ingia tena kati yetu. Ule pamoja nasi. Utufundishe kukungoja."

## Maombi ya Maisha

TENGA SAA MOJA KAMILI wiki hii bila ajenda - ili tu kuketi kimya katika uwepo wa Mungu. Andika kile anachosisitiza moyoni mwako.

## KIPINDI CHA 3: *Mgogoro*

*MATHAYO 23:15 | Zaburi 51:17*

### Muhtasari

BLOGU YA ANITA, "IMEHIFADHIWA lakini Imesahauliwa," ilifichua utupu wa mchezo wa nambari. Makanisa yaliingiwa na hofu, lakini Mbingu ilikuwa inaita watu watubu. Mgogoro huo haukuwa kushindwa - ulikuwa ni uingiliaji kati wa Mungu.

### Maswali ya Tafakari

1. Je, ni "vipimo gani vya kisasa vya mafanikio" ambavyo Kanisa limechukua ambavyo vinapingana na kielelezo cha Kristo?
2. Je, kufichuliwa hadharani kunawezaje kuwa chombo cha toba ya kibinafsi?
3. Je, uvunjaji mbele za Mungu unaonekanaje kwa viongozi wa leo?

### Kuzingatia Maombi

"BWANA, TUMIA SHIDA kusafisha, sio kuhukumu. Takasa Bibi-arusi Wako."

Ombea ujasiri miongoni mwa viongozi ili kukabiliana na kushindwa na mabadiliko yao.

### Maombi ya Maisha

ANDIKA BARUA YA KUKIRI - sio ya hatia, lakini ya ukuaji.

Kubali njia moja ambayo umetanguliza kasi kuliko kina. Shiriki na mshauri au mshirika wa uwajibikaji.

## KIPINDI CHA 4: *Mabaki*

*LUKA 10:42 | Yohana 15:5*

## Muhtasari

ESTA ALISIMAMISHA VITA vya msalaba na kurudi kwenye urafiki. Wachache waliobaki - Ruthu, Mariamu, Anita - walianza kazi ya polepole ya uanafunzi. Kilichoanza kama hasara kikawa urithi.

## Maswali ya Tafakari

1. Kwa nini mara nyingi Mungu hujenga na mabaki, sio umati?
2. Kuna tofauti gani kati ya "waliohudhuria" na "wanafunzi"?
3. Miduara midogo inawezaje kuzaa mabadiliko makubwa?

## Kuzingatia Maombi

"BWANA, TUPE MACHO KWA wachache - na imani kwa siku zijazo."

Omba kwa ujasiri wa kuacha kukimbilia na kuanza mizizi.

## Maombi ya Maisha

KUSANYA MARAFIKI 2–3 na uanze safari ya kila wiki ya Maandiko.

Chagua Injili moja, soma sura, na ushiriki kile ambacho Mungu anaangazia.

# KIKAO CHA 5: Mabalozi

*2 WAKORINTHO 5:20 | Mathayo 5:14–16*

## Muhtasari

WANAFUNZI WALIKOMAA na kuwa mabalozi - wakibeba utamaduni wa Ufalme katika shule, ofisi, vyombo vya habari, na siasa. Esther alitambua: uamsho wa kweli hutokea Jumatatu hadi Jumamosi, si Jumapili pekee.

## Maswali ya Tafakari

1. Mungu amekuweka wapi kama balozi wake?
2. Je, unawakilisha vipi maadili ya Mbinguni katika utamaduni

ulioanguka?

3. Ni nini kingebadilika ikiwa kila mwamini angeona kazi yake kama uwanja wa misheni?

## Kuzingatia Maombi

"BABA, NIFANYE KUWA balozi wako - mwaminifu, asiye na woga, na mwenye kuzaa matunda."

Ombea eneo lako la kazi, jumuiya, au taifa kama "ubalozi wako wa Mbinguni."

## Maombi ya Maisha

TAMBUA MAZINGIRA MOJA ya kila siku (shule, ofisi, barabara) na ufanye tendo moja la Ufalme - sali, utie moyo, tumikia, au shiriki ukweli.

# KIPINDI CHA 6: Mataifa Yanaamka

*HABAKUKI 2:14 | Zaburi 67:2*

## Muhtasari

UFUASI ULIENEA DUNIANI kote - kutoka Nairobi hadi New York, kutoka Cairo hadi Seoul. Serikali, biashara, na vyombo vya habari vilianza kuona mabadiliko kupitia waumini wa kawaida wakibeba neema ya ajabu.

## Maswali ya Tafakari

1. Inamaanisha nini "kuwafunza mataifa"?
2. Utiifu mdogo unawezaje kuchochea uamsho mkubwa?
3. Ni taifa gani au kundi gani la watu linalowaka moyoni mwako?

## Kuzingatia Maombi

"BWANA, IJAZE DUNIA ujuzi wako kama maji yaifunikavyo bahari."

Ombea wamisionari, wafanya wanafunzi, na warekebishaji katika mabara yote.

## Maombi ya Maisha

TUMIA SIKU MOJA KUJIFUNZA kuhusu taifa lingine.

Ombea viongozi wake, vijana, na makanisa. Mwombe Mungu akupe kazi moja ya kimataifa.

# KIPINDI CHA 7: *Kurudi*

*UFUNUO 2:4–5 | Luka 15:20*

## Muhtasari

ANITA NA ESTA WALIRUDI kwenye Njia ya Utukufu - sio kwa wito mwingine wa madhabahuni, lakini kujenga upya kutoka kwa upendo. Walibadilisha kelele kwa malezi, flash kwa uaminifu. Mlango ambao hapo awali ulimfungia Yesu nje sasa ukasimama wazi.

## Maswali ya Tafakari

1. "Kurudi kwenye upendo wa kwanza" kunamaanisha nini kwako binafsi?
2. Je, makanisa yanawezaje kurejesha joto baada ya kupoteza njia yao?
3. Je, ni ishara zipi zinazoonyesha kwamba Kristo ni wa kati tena kweli?

## Kuzingatia Maombi

"UTURUDISHIE FURAHA ya wokovu wetu, na uifanye upya mioyo iliyotulia."

Ombea urejesho katika matembezi yako - sio ya shughuli, lakini mapenzi.

## Maombi ya Maisha

TEMBELEA "MADHABAHU yako ya kwanza" - kanisa, mahali, au wakati ambapo Mungu alikutana nawe mara moja.

Mshukuru kwa jinsi alivyokufikisha - basi mwombe azidishe kujitolea kwako.

# KIPINDI CHA 8: Epilogue — Kioo cha Kinabii

*UFUNUO 3:19–20 | Wafilipi 1:6*

## Muhtasari

"KUOKOLEWA LAKINI KUPOTEA" haimalizi katika kushindwa bali kuelekezwa kwingine kwa Mungu.

Ni kioo cha Mbinguni kwa kizazi chetu - kuwaita waumini warudi kutembea, sio kukimbia. Kutoka kwa kelele hadi kujua.

## Maswali ya Tafakari

1. Je, ni mawazo gani ambayo Mungu amevunja katika safari yako ya imani?
2. Je! hadithi hii inawezaje kuunda jinsi unavyowafunza wengine?
3. Kupatikana tena" kunamaanisha nini kwako leo?

## Kuzingatia Maombi

"YESU, ASANTE KWA KUBISHA. Tunafungua kila mlango tena."

Omba kwamba kizazi hiki kithamini kina juu ya maonyesho.

## Maombi ya Maisha

JITOLEE KUTEMBEA NA muumini mmoja mpya kwa siku 40.

Jifunzeni pamoja. Kula pamoja. Kueni pamoja.Mbingu hufurahi kwa kila hatua.

## KIPINDI CHA 9: Zamu Yako — Andika Sura Yako

*YOHANA 21:25* | *Mathayo 28:19–20*

### Muhtasari

IKIWA HADITHI HII INGEANDIKWA leo, maisha yako yangekuwa ukurasa.

Utii wa kila mfuasi unaongeza mstari mwingine kwenye hadithi ya Mungu inayojitokeza.

### Maswali ya Tafakari

1. Sura yako itasema nini?
2. Je! utamfuata nani?
3. Je, maisha yako yataakisije moyo wa Kristo zaidi ya Jumapili?

### Kuzingatia Maombi

"BWANA, ANDIKA JINA langu katika hadithi ambayo bado unasimulia."

Mwalike Roho Mtakatifu aandike utiifu wako.

### Maombi ya Maisha

ANZA KUREKODI MATEMBEZI yako.

Ushuhuda wa jarida. Rekodi masomo. Shiriki tumaini.Siku moja, mtu anaweza kusoma maisha yako - na kukutana na Yesu.

### Wazo la Mwisho:

HUJAOKOLEWA *kukaa* .

Umeokolewa *ili kutumika, kukua, na kwenda* .

Kila uamuzi wa Kristo lazima uwe safari **pamoja na** Kristo.

Hivyo ndivyo Mbingu hupima mafanikio - mfuasi mmoja kwa wakati.

# Jinsi ya Kuzaliwa Mara ya Pili na Kuanza Maisha Mapya pamoja na Kristo

Labda umewahi kutembea na Yesu hapo awali, au labda umekutana Naye katika siku hizi 40. Lakini sasa hivi, kuna kitu ndani yako kinasisimka.

Uko tayari kwa zaidi ya dini.

Uko tayari kwa **uhusiano** .

Uko tayari kusema, "Yesu, ninakuhitaji."

Huu ndio ukweli:

*"Kwa maana kila mtu amefanya dhambi; sisi sote tunapungukiwa na kipimo cha utukufu wa Mungu; lakini Mungu, kwa neema yake, hutufanya waadilifu mbele zake."*

— Warumi 3:23–24 ( NLT)

Huwezi kupata wokovu.

Huwezi kujirekebisha. Lakini Yesu tayari amelipa gharama kamili - na anangoja kukukaribisha nyumbani.

Jinsi ya Kuzaliwa Mara ya Pili

Kuzaliwa mara ya pili kunamaanisha kukabidhi maisha yako kwa Yesu - kukubali msamaha wake, kuamini kuwa alikufa na kufufuka tena, na kumpokea kama Bwana na Mwokozi wako.

Ni rahisi. Ina nguvu. Inabadilisha kila kitu.

Omba Hili Kwa Sauti:

**"Bwana Yesu, ninaamini Wewe ni Mwana wa Mungu.**

**Ninaamini ulikufa kwa ajili ya dhambi zangu na ukafufuka tena. Ninakiri kwamba nimefanya dhambi na ninahitaji msamaha wako. Leo, ninatubu na kuziacha njia zangu za zamani. Ninakualika maishani mwangu uwe Bwana na Mwokozi wangu. Unioshe. Unijaze na Roho Wako. Ninatangaza kwamba nimezaliwa mara ya pili, nimesamehewa, na siku yako - nitaishi katika hatua zako. kwa kuniokoa katika jina la Yesu, amina.**

Hatua Zinazofuata Baada Ya Wokovu

1. **Mwambie Mtu** - Shiriki uamuzi wako na mwamini unayemwamini.

2. **Tafuta Kanisa Linalotegemea Biblia** - Jiunge na jumuiya inayofundisha Neno la Mungu na kuliishi. Tembelea huduma za God's Eagle mtandaoni kupitia https://www.otakada.org [1]au https://chat.whatsapp.com/H67spSun32DDTma8TLh0ov
3. **Ubatizwe** - Chukua hatua inayofuata hadharani kutangaza imani yako.
4. **Soma Biblia Kila Siku** - Anza na Injili ya Yohana.
5. **Omba Kila Siku** - Zungumza na Mungu kama rafiki na Baba.
6. **Endelea Kuunganishwa** - Jizungushe na watu wanaohimiza matembezi yako mapya.
7. **Anzisha Mchakato wa uanafunzi ndani ya jumuiya** - Tengeneza uhusiano wa mtu mmoja baada ya mwingine na Yesu Kristo kupitia viungo hivi

Ufuasi wa 1 wa siku 40 - https://www.otakada.org/get-free-40-days-online-discipleship-course-in-a-journey-with-jesus/

40 Uanafunzi 2 - https://www.otakada.org/get-free-40-days-dna-of-discipleship-journey-with-jesus-series-2/

1. https://www.otakada.org

Muda Wangu Wa Wokovu

**Tarehe** : ________________________________________

**Sahihi** : ______________________

*"Hata imekuwa, mtu akiwa ndani ya Kristo amekuwa kiumbe kipya; ya kale yamepita tazama!*

— 2 Wakorintho 5:17

# Cheti cha Maisha Mapya katika Kristo

T*amko la Wokovu - Kuzaliwa Mara ya Pili kwa Neema*

Hii inathibitisha hilo

___________________________________________

*(Jina Kamili)*

ametangaza hadharani **imani katika Yesu Kristo**

kama Bwana na Mwokozi na amepokea zawadi ya bure ya wokovu kupitia kifo na ufufuo Wake.

*"Ukikiri waziwazi ya kuwa Yesu ni Bwana, na kuamini moyoni mwako ya kuwa Mungu alimfufua katika wafu, utaokoka."*

— Warumi 10:9 ( NLT)

Siku hii, mbingu hufurahi na safari mpya huanza.

Tarehe ya uamuzi : ______________________________

Sahihi : ___________________________

Tamko la Wokovu

"Leo, ninayakabidhi maisha yangu kwa Yesu Kristo.

Ninaamini alikufa kwa ajili ya dhambi zangu na kufufuka tena. Ninampokea kama Bwana na Mwokozi wangu. Nimesamehewa, nimezaliwa mara ya pili, na kufanywa upya. Kuanzia wakati huu kwenda mbele, nitatembea katika hatua zake."

Karibu katika Familia ya Mungu!

Jina lako limeandikwa katika Kitabu cha Uzima cha Mwana-Kondoo.

Hadithi yako ndiyo inaanza - na ni ya milele.

# JIUNGANISHE NA HUDUMA ZA MUNGU TAI

- Tovuti: www.otakada.org[1]
- Mfululizo wa Utajiri Zaidi ya Wasiwasi: www.wealthbeyondworryseries.com[2]
- Barua pepe: ambassador@otakada.org

- **Saidia kazi hii:**

Saidia miradi ya ufalme, misheni, na rasilimali za kimataifa bila malipo kupitia utoaji unaoongozwa na agano.

**Changanua Msimbo wa QR ili Kutoa**

https://tithe.ly/give?c=308311

Ukarimu wako hutusaidia kufikia watu wengi zaidi, kutafsiri nyenzo, kusaidia wamishonari, na kujenga mifumo ya uanafunzi duniani kote. Asante!

Give in the Spirit of Luke 6:38

1. https://www.otakada.org

2. https://www.wealthbeyondworryseries.com

**3. JIUNGE NA JUMUIYA Yetu ya Agano la WhatsApp**

Pokea masasisho, maudhui ya ibada, na ungana na waumini wenye nia ya agano duniani kote.

**Changanua ili Kujiunga**

https://chat.whatsapp.com/H67spSun32DDTma8TLh0ov

# Kuhusu Waandishi

**Zacharias Godseagle**

Zacharias Godseagle , ni sauti ya kinabii na mwalimu mwenye shauku ya kuleta Neno la Mungu hai katika mioyo ya waumini. Anajulikana kwa umaizi wake wa kina katika vita vya kiroho, maombi, na ukombozi, ameandika ibada nyingi na miongozo ya kinabii ambayo inahamasisha mabadiliko katika watu binafsi, familia, na mataifa. Maandishi yake yanasisitiza matumizi ya vitendo ya Maandiko kwa ushindi wa kila siku na maendeleo ya ufalme.

**Faraja Ladi Ogbe**

Faraja Ladi Ogbe ni mwanamke wa maombi, maombezi, na huduma ya vitendo. Amejitolea maisha yake kwa kulea nafsi, kulea waombezi, na kuandaa wanawake na familia kuishi kwa ukamilifu—roho, nafsi, na mwili. Mafundisho yake na utunzaji wake wa kichungaji huonyesha moyo wa huruma, kuwavuta watu katika kumbatio la uponyaji la Kristo na kuwawezesha kugundua hatima yao waliyopewa na Mungu.

**Balozi Monday O. Ogbe**

Balozi Monday O. Ogbe ni **Mwanakakati wa Kitaifa wa Mabadiliko** , waziri, na mshauri anayeunganisha imani, utawala na mkakati wa usalama. Yeye ndiye mwanzilishi wa **God's Eagle Ministries ( GEM )** na amekuwa muhimu katika kutengeneza ramani za kitaifa za uongozi, usalama, na mabadiliko, kwa kutumia kanuni za ufalme. Maandishi yake na mafundisho yake yanawaita waamini kuinuka kama warekebishaji, kujenga upya mataifa kupitia ufahamu, teknolojia, na ushirikiano, huku wakibaki wamekita mizizi katika sala na vita vya kiroho.

**Wachapishaji**

Kitabu hiki kimechapishwa chini ya chapa ya pamoja ya **Zacharias Godseagle** na **God's Eagle Ministries ( GEM )** , huduma iliyojitolea kuutayarisha Mwili wa Kristo kwa zana za ufuasi, ukombozi, na mabadiliko katika mataifa.

# VITABU NA RASILIMALI ZINAZOPENDEKEZWA

## SIKU 7 ZA VITA NA KUPONA KIROHO - hii ni Sehemu ya 1

**Kumfunga Adui, Kurudisha Mishale Mara Saba, na Kurejesha Hatima Yako**

https://shop.ingramspark.com/b/084?params=8mPzqUl73Ex7uPyeO7ydyt8EGkkB6u2gX1jZvWU8j1C

Kiungo cha e-book - https://www.amazon.com/DAYS-SPIRITUAL-WARFARE-RECOVERY-Returning-ebook/dp/B0FMPJM5KZ

KUTOKA GIZA HADI UTAWALA: Siku 40 za Kujitenga na Mshiko Uliofichwa wa Giza

Ibada ya Ulimwenguni ya Uhamasishaji, Ukombozi & Nguvu - Kwa Watu Binafsi, Familia, na Mataifa Tayari Kuwa Huru.

KARATASI YA KARATASI

https://shop.ingramspark.com/b/084?params=aVgp21QfwJxNANkfMxIQ0yejuFCVY12KFr978SRkZUD

Amazon - https://www.amazon.com/DARKNESS-DOMINION-Devotional-Awareness-Deliverance-ebook/dp/B0FLDH2Y67

- *Imetolewa kutoka kwa Nguvu ya Giza* (Karatasi) - Nunua Hapa [1]| Kitabu pepe [2]kwenye Amazon[3]

- **Maoni Maarufu kutoka Marekani:**
    - **Wateja wa Kindle** : "Mkristo Bora zaidi aliyewahi kusoma!" (Nyota 5)

MSIFU YESU KWA USHUHUDA huu. Nimebarikiwa sana na ningependekeza kila mtu asome kitabu hiki... Kwa maana mshahara wa dhambi ni mauti bali karama ya Mungu ni uzima wa milele. Shalom! Shalom!

- **Da Gster** : "Hiki ni kitabu cha kuvutia sana na cha ajabu." (Nyota 5)

Ikiwa yaliyosemwa katika kitabu ni kweli basi tuko nyuma sana kwa yale ambayo adui anaweza kufanya! ... Jambo la lazima kwa yeyote anayetaka kujifunza kuhusu vita vya kiroho.

- **Visa** : "Penda kitabu hiki" (nyota 5)

---

1. https://shop.ingramspark.com/b/084?params=oeYbAkVTC5ao8PfdVdzwko7wi6IQimgJY2779NaqG4e
2. https://www.amazon.com/Delivered-Power-Darkness-AFRICAN-DELIVERED-ebook/dp/B0CC5MM4MV
3. https://www.amazon.com/Delivered-Power-Darkness-AFRICAN-DELIVERED-ebook/dp/B0CC5MM4MV

Hiki ni kifungua macho... ungamo la kweli... Hivi majuzi nimekuwa nikikitafuta kila mahali ili niinunue. Nimefurahi sana kuipata kutoka Amazon.

- **FrankJM** : "Tofauti kabisa" (nyota 4)

Kitabu hiki kinanikumbusha jinsi vita vya kiroho ni vya kweli. Pia inaleta akilini sababu ya kuvaa "Silaha Kamili za Mungu."

- **JenJen** : "Kila mtu anayetaka kwenda Mbinguni- soma hili!" (Nyota 5)

Kitabu hiki kilibadilisha maisha yangu sana. Pamoja na ushuhuda wa John Ramirez, itakufanya uangalie imani yako kwa njia tofauti. Nimeisoma mara 6!

- *Aliyekuwa Shetani: The James Exchange* (Paperback) - Nunua Hapa [4]| Kitabu pepe [5]kwenye Amazon[6]

---

4. https://shop.ingramspark.com/b/084?params=I2HNGtbqJRbal8OxU3RMTApQsLLxcUCTC8zUdzDy0W1
5. https://www.amazon.com/JAMESES-Exchange-Testimony-High-Ranking-Encounters-ebook/dp/B0DJP14JLH
6. https://www.amazon.com/JAMESES-Exchange-Testimony-High-Ranking-Encounters-ebook/dp/B0DJP14JLH

- ***USHUHUDA WA ALIYEKUWA SHETANI Mwafrika*** *- Mchungaji JONAS LUKUNTU MPALA* (Paperback) - Nunua Hapa [7]| Kitabu pepe [8]kwenye Amazon[9]

- *Ushujaa Kubwa 14* (Karatasi) - Nunua Hapa [10]| Kitabu pepe [11]kwenye Amazon[12]

---

7. https://shop.ingramspark.com/b/084?params=0Aj9Sze4cYoLM5OqWrD20kgknXQQqO5AZYXcWtoMqWN
8. https://www.amazon.com/TESTIMONY-African-EX-SATANIST-Pastor-Jonas-ebook/dp/B0DJDLFKNR
9. https://www.amazon.com/TESTIMONY-African-EX-SATANIST-Pastor-Jonas-ebook/dp/B0DJDLFKNR
10. https://shop.ingramspark.com/b/084?params=772LXinQn9nCWcgq572PDsqPjkTJmpgSqrp88b0qzKb
11. https://www.amazon.com/Greater-Exploits-MYSTERIOUS-Strategies-Countermeasures-ebook/dp/B0CGHYPZ8V
12. https://www.amazon.com/Greater-Exploits-MYSTERIOUS-Strategies-Countermeasures-ebook/dp/B0CGHYPZ8V

- *Out of the Devil's Cauldron* na John Ramirez - Inapatikana kwenye Amazon[13]
- *Alikuja Kuwaweka Wafungwa Huru* na Rebecca Brown - Pata kwenye Amazon[14]

**VITABU VINGINE VILIVYOCHAPISHWA na mwandishi - Zaidi ya vichwa 1000**

**Kupendwa, Kuchaguliwa na Mzima** : Safari ya Siku 30 kutoka Kukataliwa hadi **Urejesho** iliyotafsiriwa katika lugha 40 za ulimwengu.

https://www.amazon.com/Loved-Chosen-Whole-Rejection-Restoration-ebook/dp/B0F9VSD8WL

https://shop.ingramspark.com/b/084?params=xga0WR16muFUwCoeMUBHQ6HwYjddLGpugQHb3DVa5hE

13. https://www.amazon.com/Out-Devils-Cauldron-John-Ramirez/dp/0985604306

14. https://www.amazon.com/He-Came-Set-Captives-Free/dp/0883683239

Loved, Chosen and Whole
A 30-Day Journey from Rejection to Restoration
Zacharias Godseagle; Ambassador
Monday O. Ogbe; Comfort Ladi Ogbe

**KATIKA HATUA ZAKE - Changamoto ya Siku 40 ya WWJD: Kuishi Kama Yesu Katika Hadithi za Maisha Halisi Ulimwenguni Pote**

https://www.amazon.com/His-Steps-Challenge-Real-Life-Stories-ebook/dp/B0FCYTL5MG

https://shop.ingramspark.com/b/084?params=DuNTWS59IbkvSKtGFbCbEFdv3Zg0FaITUEvlK49yLzB

**YESU MLANGONI:**

**Hadithi 40 za Kuvunja Moyo na Onyo la Mwisho la Mbinguni kwa Makanisa ya LEO**

https://www.amazon.com/dp/B0FDX31L9F

https://shop.ingramspark.com/b/084?params=TpdA5j8WPvw83glJ12N1B3nf8LQte2a1lIEy32bHcGg

MAISHA YA AGANO: SIKU 40 za Kutembea katika Baraka ya Kumbukumbu la Torati 28.

- https://www.amazon.com/dp/B0FFJCLDB5

Hadithi kutoka kwa Watu Halisi, Utiifu Halisi, na Halisi https://shop.ingramspark.com/b/084?params=bH3pzfz1zdCOLpbs7tZYJNYgGcYfU32VMz3J3a4e2Qt

MABADILIKO KATIKA LUGHA zaidi ya 20

**KUMJUA NA KUMJUA:**

**Siku 40 za Uponyaji, Kuelewa, na Upendo wa Kudumu**

**HTTPS://WWW.AMAZON.com/KNOWING-HER-HIM-Healing-Understanding-ebook/dp/B0FGC4V3D9**[15]

**https://shop.ingramspark.com/b/084?params=vC6KCLoI7Nnum24BVmBtSme9i6k59p3oynaZOY4B9Rd**

**KAMILI, SI KUSHINDANA:**

**Safari ya Siku 40 ya Kusudi, Umoja na Ushirikiano**

15. https://www.amazon.com/KNOWING-HER-HIM-Healing-Understanding-ebook/dp/B0FGC4V3D9

HTTPS://SHOP.INGRAMSPARK.com/b/084?params=5E4v1tHgeTqOOuEtfTYUzZDzLyXLee30cqYo0Ov9941[16]

https://www.amazon.com/COMPLETE-NOT-COMPETE-Journey-Collaboration-ebook/dp/B0FGGL1XSQ/

KANUNI YA AFYA YA KIUNGU - Funguo 40 za Kila Siku za Kuamsha Uponyaji Kupitia Neno la Mungu na Uumbaji Kufungua Nguvu ya Uponyaji ya Mimea, Maombi, na Matendo ya Kinabii.

16. https://shop.ingramspark.com/b/084?params=5E4v1tHgeTqOOuEtfTYUzZDzLyXLee30cqYo0Ov9941

HTTPS://SHOP.INGRAMSPARK.com/b/084?params=xkZMrYcEHnrJDhe1wuHHYixZDViiArCeJ6PbNMTbTux[17]
https://www.amazon.com/dp/B0FHJT42TK

**VITABU VINGINE VINAWEZA kupatikana kwenye ukurasa wa mwandishi** https://www.amazon.com/stores/Ambassador-Monday-O.-Ogbe/author/B07MSBPFNX

17. https://shop.ingramspark.com/b/084?params=xkZMrYcEHnrJDhe1wuHHYixZDViiArCeJ6PbNMTbTux

www.ingramcontent.com/pod-product-compliance
Lightning Source LLC
LaVergne TN
LVHW060301051026
849517LV00003B/913
* 9 7 9 8 3 4 9 6 1 3 7 0 8 *